വിനോദിന്റെയും
അരവിന്ദന്റെയും മകൾ

stories
vinodinteyum aravindanteyum makal

•

k dileepkumar

•

first edition
january 2017

•

typesetting & published
chintha publishers, thiruvananthapuram

•

printed
repro india ltd, mumbai

•

cover
vishnu ram

വിതരണം

ദേശാഭിമാനി ബുക്ക് ഹൗസ്
H O തിരുവനന്തപുരം–695 035
phone: 0471-2303026, 6063026
www.chinthapublishers.com
chinthapublishers@gmail.com

ബ്രാഞ്ചുകൾ

ഹെഡ്ഡാഫീസ് ബ്രാഞ്ച് കുന്നുകുഴി • സ്റ്റാച്ച്യു തിരുവനന്തപുരം • കെ എസ് ആർ ടി സി ബസ് സ്റ്റേഷൻ ആലപ്പുഴ • കെ എസ് ആർ ടി സി ബസ് സ്റ്റേഷൻ എറണാകുളം • മച്ചിങ്ങൽ ലെയ്ൻ തൃശൂർ • ഐ ജി റോഡ് കോഴിക്കോട് • മാവൂർ റോഡ് കോഴിക്കോട് • എൻ ജി ഒ യൂണിയൻ ബിൽഡിങ് കണ്ണൂർ • സെൻട്രൽ ബസ് ടെർമിനൽ കോംപ്ലക്സ് താവക്കര കണ്ണൂർ

CO - 2450 / 4052
ISBN - 978-93-86364-06-7

വിനോദിന്റെയും
അരവിന്ദന്റെയും മകൾ
(കഥകൾ)

കെ ദിലീപ്കുമാർ

ചിന്ത പബ്ലിഷേഴ്സ്
തിരുവനന്തപുരം-695 035
വില : ₹ 80

കെ ദിലീപ്കുമാർ

1958 മേയ് 9 ന് തിരുവനന്തപുരത്ത് ജനനം.
ഗവൺമെന്റ് മോഡൽ ഹൈസ്കൂൾ, ഗവൺമെന്റ് ആർട്സ് കോളേജ്, തിരുവനന്തപുരം എഞ്ചിനീയറിങ് കോളേജ് തുടങ്ങിയ സ്ഥാപനങ്ങളിൽ വിദ്യാഭ്യാസം. 1980 മുതൽ ഏഴു വർഷക്കാലം ഇന്ത്യയിലെ വിവിധ സ്ഥാപനങ്ങളിൽ ഇലക്ട്രിക്കൽ എഞ്ചിനീയറായി ജോലി നോക്കി. 1985 മുതൽ കേരളാ ഗവൺമെന്റ് സർവ്വീസിൽ ഇലക്ട്രിക്കൽ എഞ്ചിനീയർ. 2016 ൽ വിരമിച്ചു.
പ്രത്യേകം പ്രത്യേകം അറകൾ, കുട്ടികൾ കളിക്കുന്നു, പുഴയുടെ രഹസ്യങ്ങൾ ആരറിയുന്നു, ഗുണാഢ്യൻ അഗ്നിയിൽ ഹോമിച്ച കഥകൾ (കഥകൾ). *മേഘപഥം* (നോവലെറ്റ്). *ഹിമഗിരിയിലെ ഋതു, ബുധസംക്രമം. സാഫോ, സന്ദിഗ്ദ്ധ ലോകം, മഞ്ഞപ്പൂക്കളിലെ ചുകപ്പ്, സ്വപ്നഭൂപടം* (നോവൽ), *നിദ്രയിൽ അലിയാത്തത്* (ഓർമ്മ). *അദൃശ്യനഗരങ്ങൾ* (വിവർത്തനം).

ഭാര്യ	:	മായ
മകൾ	:	ആഭ
വിലാസം	:	അമൽ, കട്ടച്ചൽ റോഡ്, തിരുമല, തിരുവനന്തപുരം-6.
മൊബൈൽ	:	7736558164
E mail	:	kkrishnandilip@yahoo.com

ഉള്ളടക്കം

പ്രസാധകക്കുറിപ്പ്

അബോധത്തിന്റെ ആഴക്കയങ്ങളിൽ നന്മതിന്മകളുടെ അതിരുകളില്ല. ഭയവും പ്രണയവും രതിയും കലാപങ്ങളും കൊലയും ആത്മഹത്യയും തമ്മിൽ കുഴഞ്ഞ ലോകത്തിൽ നോർമലായിരിക്കുക എന്നതാണ് അസാധാരണം എന്നു തിരിച്ചറിയുന്ന എഴുത്തുകാരനാണ് കെ ദിലീപ്കുമാർ. സ്വവർഗ്ഗരതിയെപ്പറ്റി ഒരക്ഷരം മിണ്ടിപ്പോകരുത് എന്നു തീട്ടൂരമിറക്കിയ കാലം കടന്നുപോയിരിക്കുന്നു. മറച്ചുപിടിച്ചിരുന്നതൊക്കെയും തിരശ്ശീല ഭേദിച്ച് കൺമുന്നിൽ നിറയുന്ന അനുഭവമാണ് ദിലീപ്കുമാറിന്റെ കഥകൾ വായിക്കുമ്പോൾ നമുക്ക് ലഭിക്കുന്നത്. പുതിയ കഥയുടെ മുഴക്കങ്ങൾ കേൾപ്പിക്കുന്ന ശ്രദ്ധേയമായ കഥാലോകത്തേക്ക് കടക്കുകയാണ് ഈ കഥാസമാഹാരത്തിലൂടെ നാം.

ചിന്ത പബ്ലിഷേഴ്സ്

ശിലാശലഭവിലാപം

മോഹൻദാസ് അയാൾക്ക് ചിരപരിചിതമായ തെരുവുകളിലൂടെ നടക്കുകയാണ്. പക്ഷേ, ഇപ്പോൾ ഈ നഗരവും തെരുവുമൊക്കെ മറ്റൊന്നായി മാറിയിരിക്കുന്നു. തെരുവിലാകെ സ്വപ്നങ്ങളുടെ മുട്ടകൾ പൊട്ടിയൊഴുകിയതിന്റെ വഴുവഴുപ്പ്. വിജനതകളിലൂടെ നടന്നടുക്കുന്ന അപരിചിതമായ കാറ്റ്.

ഇത് പഴയ നഗരമല്ല. ഇത് മറ്റേതോ ലോകമാണ്.

വഴുവഴുപ്പുള്ള ഈ അപരിചിതത്വത്തിലൂടെ കാൽവയ്ക്കുമ്പോൾ ഏതോ മതിലിനപ്പുറം പഴയ നഗരം പഴയതുപോലെ ഉണ്ടെന്ന് സംശയിച്ചുപോകുന്നു. നഗരസായാഹ്നത്തിലെ തെരുവിന്റെ തിരക്കും സഞ്ചാരികളുമൊക്കെ അവസാനിക്കാത്ത ഒരു പ്രവാഹമായിരുന്നു.

ഇപ്പോൾ തെരുവിൽ മനുഷ്യരില്ല. നഗരം കെട്ടിക്കിടക്കുന്ന ഒരു തടാകമാണ്. തടാകത്തിൽ പൊങ്ങിക്കിടക്കുന്ന അഴുകിയതും അഴുകാത്തതുമായ ശവങ്ങൾ! ചോരയുടെ കട്ടകൾ! തടാകത്തിനുള്ളിൽ വിടർന്നു നില്ക്കുന്നത് താമരപ്പൂവല്ല, തോക്കിന്റെ ചുണ്ടുകളിൽ പുരണ്ടിരിക്കുന്നത് മനുഷ്യരക്തം!

കയറ്റം കയറി നാല്ക്കവലയിലെ സമതലത്തിൽനിന്ന് ഇടത്തേക്ക് തിരിഞ്ഞപ്പോൾ, മനസ്സിൽ പെട്ടെന്ന് തെളിഞ്ഞത് പഴയ തെരുവാണ്. കുട്ടികൾ കൂട്ടംകൂടിനില്ക്കാറുള്ള ബസ് സ്റ്റോപ്പ്. സ്കൂൾ ബസുകളും സ്കൂൾ ബാഗുകളും കലപില കൂട്ടുന്ന കുട്ടികളുമൊക്കെ എത്രപെട്ടെന്ന് ഇല്ലാതായിരിക്കുന്നു.

ഇതേ കയറ്റം കയറി നാല്ക്കവലയിൽ നിന്ന് വലത്തേക്ക് തിരിഞ്ഞ് ഒരു ദിവസം മോഹൻദാസ് പ്രൈമറി സ്കൂളിലെ ഒന്നാം ക്ലാസിലേക്ക് നടന്നുപോയി. പിന്നെ ഇതേ കയറ്റം കയറി, സ്കൂൾ ബസിന് കാത്തുനിന്ന് ഹൈസ്കൂളിലേക്ക് പോയി. കോളേജിലേക്ക് പോകുമ്പോഴും ബസ്

സ്റ്റോപ്പ് ഇവിടെത്തന്നെ ആയിരുന്നു.

ചെറിയ മാറ്റങ്ങൾ ഇല്ലെന്നില്ല. ആദ്യം ഒരു വൃത്തം മാത്രമായിരുന്നു. നാല്ക്കവലയിലെ ട്രാഫിക്ക് ഐലന്റ്. പിന്നെ ഒരു വൃത്തവും ഗോപിയുടെ ആകൃതിയിലുള്ള നാലു ട്രാഫിക്ക് ഐലന്റുകളുമടങ്ങുന്ന അഞ്ചു ട്രാഫിക്ക് ഐലന്റുകളുടെ ഒരു കൂട്ടമായി അതു മാറി. തിരക്കിന്റെ ആധിക്യം കൊണ്ടാകാം പിന്നെയും ട്രാഫിക്ക് ഐലന്റുകളുടെ എണ്ണവും ആകൃതിയും മാറി. ഇപ്പോൾ നടുവിൽ ഒരു പ്രധാന വൃത്തവും ചളുങ്ങിയ മറ്റ് രണ്ടുവൃത്തങ്ങളും; പിന്നെ ഗോപിയുടെ ആകൃതിയിൽ ഓരോ റോഡിലേക്കും ഉന്തി നില്ക്കുന്ന നാല് ഐലന്റുകളും കൂടി ആകെ ഏഴ് ഐലന്റുകൾ നാല്ക്കവലയിലുണ്ട്. വ്യർത്ഥമായിരിക്കുന്ന തെരുവുകളിൽ മനുഷ്യരോ വാഹനങ്ങളോ ഇല്ലാത്തപ്പോൾ ട്രാഫിക് ഐലന്റുകൾ അർത്ഥമില്ലാത്ത വെറും നിശ്ശബ്ദത മാത്രമായിരിക്കുന്നു.

തെരുവിലേക്ക് തുറക്കുന്ന അനേകം ഗേറ്റുകളിൽ ഏതെങ്കിലും ഒന്നിൽ നിന്ന് ഞെട്ടിപ്പിക്കുന്ന ഒരു ദുരന്ത വിസ്മയം എപ്പോഴാണ് പ്രത്യക്ഷപ്പെടുക? ഓരോ ഗേറ്റിനുമപ്പുറം നിശ്ശബ്ദതയുടെ ഇരുണ്ട പാളികൾക്കപ്പുറം എന്തൊക്കെയാണുണ്ടാവുക?

ഇപ്പോൾ പ്രഭാതമാണോ? അതോ മദ്ധ്യാഹ്നമോ? മോഹൻദാസ് സംശയിച്ചു. ഘടികാരങ്ങളില്ലാത്ത ഒരു കാലമാണിത്. മുകളിൽ ഉദിക്കുകയും ഒടുങ്ങുകയും ചെയ്യുന്ന സൂര്യൻ മാത്രമാണ് എന്തെങ്കിലുമൊരു സൂചന നല്കുന്നത്.

അല്ലെങ്കിൽ മരണത്തിന്റെയും ഭീകരതയുടെയും സ്പന്ദനങ്ങൾ മാത്രമുള്ള ഈ ലോകത്തിൽ ഘടികാരങ്ങൾക്ക് എന്തു പ്രസക്തിയാണുള്ളത്! ആർക്കും ആരേയും കണ്ടുമുട്ടേണ്ടതില്ല. ഓഫീസുകളിൽ ചെന്നെത്തേണ്ടതില്ല. വീടുകളിൽ മടങ്ങിയെത്തേണ്ടതില്ല. ഓഫീസുകളും കോളേജുകളും സ്കൂളുകളുമൊന്നും പ്രവർത്തിക്കുന്നില്ല. നഗരവാസികൾ പാർപ്പിടങ്ങൾ വെടിഞ്ഞ് റെഫ്യൂജിഷെൽറ്ററുകളിൽ അഭയം പ്രാപിച്ചു കഴിഞ്ഞിരിക്കുന്നു. സിനിമാശാലകളും ഉദ്യാനങ്ങളും റെയിൽവേപ്ലാറ്റ്ഫോമും കടൽത്തീരവുമൊക്കെ വിജനമാണ്.

ഏതോ സൈറൺ എല്ലായിടത്തും ചുറ്റിസഞ്ചരിച്ചുകൊണ്ടിരിക്കുന്നു. ഉറക്കെ ചിരിക്കുന്ന ചിലർ, അവർ മനുഷ്യരല്ലെന്ന് തോന്നുന്നു, ഇടയ്ക്കിടെ കവചിത വാഹനങ്ങളിൽ റോന്തു ചുറ്റുന്നു. വാഹനത്തിനുള്ളിലെ കാര്യങ്ങളൊന്നും വെളിയിൽ നിന്ന് കാണാനാവില്ല. വാഹനങ്ങളിലെ ചെറിയ സുഷിരങ്ങളിൽ പീരങ്കിമുനകൾ തിളങ്ങുന്നു. ഏതു നിമിഷവും ആർക്കുനേരേയും നിറയൊഴിക്കപ്പെടാം.

എത്ര വിചിത്രം! തെരുവുകളും സമയവുമൊക്കെ അപ്രസക്തമാക്കപ്പെട്ട ഒരു കാലമാണത്; അല്ലെങ്കിൽ തടവിലാക്കപ്പെട്ട കാലം. തടവിലാക്കപ്പെടുന്നതും അപ്രസക്തമാക്കപ്പെടുന്നതും മറ്റും ഏറെക്കുറെ ഒരുപോലെയുള്ള കാര്യങ്ങളാണ്.

ഓടയിൽ തകർന്നുകിടക്കുന്ന തലയറ്റ ഒരു ശരീരത്തെ, മോഹൻ

ദാസ് നിർവ്വികാരം കടന്നുപോയി. കഴിഞ്ഞ ദിവസങ്ങളിൽ ഇതേ തെരുവുകളിൽ ഇതുപോലുള്ള എത്രയോ കാഴ്ചകൾ അയാൾ കണ്ടതാണ്!

എല്ലാവരും റെഫ്യൂജിസെന്ററുകളിൽ തൃപ്തരായി കഴിയുകയാണ്. എങ്കിൽപ്പിന്നെ മോഹൻദാസ്, നിനക്കുമാത്രം എന്തുകൊണ്ട് അതിനു കഴിയുന്നില്ല?

എല്ലാവരും അവിടെ ശാന്തരാണെന്ന് ആരാണ് പറഞ്ഞത്?

പിന്നെ അവിടെ കടന്നുകൂടുവാൻ ആളുകൾ കടിപിടികൂടുന്നതെന്തിന്?

ശരിയാണ്. ഷെൽട്ടറുകളിൽ കടന്നുകൂടുവാൻ എല്ലാവരും കടിപിടി കൂടുന്നു. അതിനുള്ളിൽ നിന്നു തിരിയാൻ ഇടമില്ല. അകത്തേക്ക് ആളുകളെ കടത്തിവിടുന്നില്ല. എന്നിട്ടും എല്ലാവരും ഷെൽട്ടറിലേക്ക് കടന്നു കയറുന്നു.

ഇന്നലെ നിനക്ക് ഷെൽട്ടറിനുള്ളിൽ കടന്നുകയറുവാൻ അവസരം കിട്ടിയതാണല്ലോ.

അതെ, ഞാനതിന് കാവല്ക്കാരന് കൈക്കൂലി കൊടുത്തിരുന്നു.

പിന്നെ നീ എന്തിനാണ് പുറത്തേക്കിറങ്ങിയത്? അകത്ത് കടക്കാൻ വീണ്ടും കൈക്കൂലി കൊടുക്കേണ്ടിവരില്ലേ?

ഓ!.... പണം! കൈയിലിരിക്കുന്ന വിലയില്ലാത്ത ഈ കടലാസ്സുകൾ കൊണ്ട് എന്തു പ്രയോജനം? തെരുവുകളിൽ മനുഷ്യരില്ല. ഭക്ഷണശാലകളും ചന്തകളുമൊക്കെ നിശ്ശബ്ദതയുടെ ശവക്കൂനകളായി മാറിക്കഴിഞ്ഞു. തെരുവോരങ്ങളിൽ പ്രണയം വില്ക്കുവാൻ വെൽവെറ്റ് ബ്ലൗസും സ്റ്റിക്കർ പൊട്ടുമണിഞ്ഞ വേശ്യകളുമില്ല. ഇനി ഈ വിലയില്ലാത്ത കറൻസികൊണ്ട് എന്തു ചെയ്യാൻ.

ഇനി നിങ്ങൾക്കവിടെ കടന്നുകൂടാൻ കൈക്കൂലി കൊടുത്താൽപ്പോലും ചിലപ്പോൾ സാധിച്ചില്ല എന്നുവരും.

കടന്നുകൂടിയില്ലെങ്കിലും ഒന്നും സംഭവിക്കാൻ പോകുന്നില്ല. ഈ നഗരം മുഴുവൻ അരക്ഷിതമായിരിക്കെ ഷെൽട്ടറിനുള്ളിൽ എന്തു സുരക്ഷിതത്വമാണുള്ളത്?

നഗരത്തിൽ ആകെക്കൂടി മൂന്നോ നാലോ ഷെൽട്ടറുകൾ മാത്രമേയുള്ളു. പുതിയ ഏതാനും ഷെൽട്ടറുകൾ ഉടനെ തുറക്കുമെന്ന് മേയർ പത്രസമ്മേളനത്തിൽ പറയുകയുണ്ടായി. ഓരോ ഷെൽട്ടർ പുതുതായി തുറക്കുമ്പോഴും അതിന് ഉൾക്കൊള്ളാനാവാത്തവിധം ആളുകളാണ് തള്ളിക്കയറുന്നത്. ഭ്രാന്തു പിടിച്ച മനുഷ്യരുടെ പ്രവാഹം.

* * * * *

ഏതാനും ദിവസങ്ങളായി എന്തൊക്കെയാണ് സംഭവിച്ചുകൊണ്ടിരിക്കുന്നത്! കലാപത്തിന്റെയും അനിശ്ചിതാവസ്ഥയുടെയും അന്തരീക്ഷം, ഉഷ്ണക്കാറ്റുപോലെ എല്ലാത്തിനേയും കീഴ്പ്പെടുത്തിയത് എത്ര എളുപ്പത്തിലായിരുന്നു.

മോഹൻദാസിന്റെ കാര്യം തന്നെ നോക്കുക. ചെറിയ പൂന്തോട്ടവും വിലകൂടിയ തറയോടു വിരിച്ച ഇത്തിരി മുറ്റവുമൊക്കെയുള്ള ഒരു വീട്ടിലാണ് അയാൾ താമസിച്ചിരുന്നത്. ആ വീട് ഇപ്പോഴും ഉണ്ട് എന്നതാണ് യാഥാർത്ഥ്യം. താഴിട്ട ഗേറ്റിനുള്ളിൽ ആ വീട് ഭദ്രമാണ്.

രാവിലെ ഷെൽറ്ററിൽ നിന്ന് പുറത്തുകടന്ന് വെറുതെ നടന്നപ്പോൾ അയാളുടെ കാലുകൾ എത്തിച്ചേർന്നത് അടഞ്ഞ ആ ഗേറ്റിനു മുന്നിലാണ്. തറയോടുവിരിച്ച മുറ്റത്ത് കരിയിലകൾ കലമ്പൽ കൂട്ടുന്നു. തളർന്ന പൂന്തോട്ടത്തിൽ അന്ധമായ നിശ്ശബ്ദത. പോക്കറ്റിൽ നിന്ന് താക്കോലെടുത്ത് ഗേറ്റിലെ പൂട്ടുതുറന്ന് അകത്തു കടന്നാൽ ഫ്രിഡ്ജിൽ ഇപ്പോഴും കേടുകൂടാതെയിരിക്കുന്ന ഭക്ഷണസാധനങ്ങൾ എടുത്തു കഴിക്കാം.

പക്ഷേ, മോഹൻദാസ് ഗേറ്റ് തുറന്നില്ല. വീട്ടിനുള്ളിൽ കടന്നില്ല. ഫ്രിഡ്ജിൽനിന്ന് തണുത്തവെള്ളമെടുത്ത് കുടിച്ചില്ല. കണ്ടൻസ്ഡ് മിൽക്ക് റൊട്ടിയിൽ ഒഴിച്ച് തണുത്ത മാധുര്യത്തെ അനുഭവിച്ചതുമില്ല.

അയാൾ മടങ്ങിപ്പോയി. കസ്തൂരിയില്ലാത്ത വീടിനെക്കുറിച്ച് അയാൾക്ക് ഓർമ്മിക്കാൻ വയ്യ.

കലാപത്തിന്റെ രാത്രിയിൽ തിരക്കിട്ട് വീട്ടിൽനിന്നും ഷെൽറ്ററിലേക്ക് കുതിച്ചത് എന്തിനുവേണ്ടിയായിരുന്നു? പക്ഷേ, എല്ലാവരും വീടുകൾ ഉപേക്ഷിച്ച് പോകുന്നതിന്റെ തിരക്കിലായിരുന്നു. അപ്പോൾ വെടിമരുന്നിന്റെയും കരിഞ്ഞ മനുഷ്യമാംസത്തിന്റെയും മണം നിറഞ്ഞ തെരുവിലൂടെ നടന്നു. തെരുവുവിളക്കുകൾ മിക്കവാറും എറിഞ്ഞുടച്ചിരുന്നു. ഇരുട്ടിന്റെ കനം കുറഞ്ഞ പാളികൾ വകഞ്ഞ് മുന്നോട്ടേക്ക് നീങ്ങിയപ്പോൾ..................

എപ്പോഴാണ് അത് സംഭവിച്ചത്?

നഗരത്തിന്റെ ഓരോ മുക്കും മൂലയും തനിക്ക് സുപരിചിതമാണെന്ന് മോഹൻദാസ് അഹങ്കരിച്ചിരുന്നു. നഗരത്തിലെവിടേയും താൻ സുരക്ഷിതനാണെന്ന ആധാരമില്ലാത്ത വിശ്വാസവും അയാൾക്കുണ്ടായിരുന്നു. വീട്ടിൽ നിന്ന് കഷ്ടിച്ച്, ഒന്നൊന്നര കിലോമീറ്റർ മാത്രമേ അയാളും കസ്തൂരിയും താണ്ടിയിരുന്നുള്ളു. കവചിത വാഹനം അവർക്കരികിൽ സഡൻബ്രേക്കോടെ നിന്നതും ഓർമ്മയിലൂടെ പ്രകാശത്തിന്റെ അമ്പരപ്പിക്കുന്ന തീക്ഷ്ണതയുമായി എന്തൊക്കെയോ സഞ്ചരിച്ചതും....

വേഗതയുടെയും വിഭ്രാന്തിയുടെയും ആ നിമിഷങ്ങൾപ്പുറം കസ്തൂരി ഇല്ലായിരുന്നു. കണ്ണിൽ അമ്പരപ്പിക്കുന്ന വെളിച്ചം സൃഷ്ടിച്ച ആലസ്യത്തിനുശേഷം ലോകം തന്നെ മുന്നിൽ ഇല്ലായിരുന്നു. ക്രമേണ ഓരോന്നും തെളിമയുള്ളതായി മാറി.

ഇനി കസ്തൂരിയില്ല എന്നത് ഞെട്ടിക്കുന്ന ഒരു യാഥാർത്ഥ്യമൊന്നുമല്ല. ജീവിതത്തിന്റെ ശാന്തമായ നാളുകളിൽ അവൾ ഉണ്ടായിരുന്നു. അപ്പോൾ ഭാര്യയും ഭർത്താവുമൊക്കെ യാഥാർത്ഥ്യങ്ങളായിരുന്നു. ഇപ്പോൾ അതൊക്കെ മാഞ്ഞുപോയ ചുമർചിത്രമെന്നപോലെയാണ്. അത്രമാത്രം.

മോഹൻദാസ് മുന്നോട്ട് നടന്നു. രാത്രിയുടെ തെരുവുകൾ പിന്നെയും

അനവധി മുറിച്ചുകടന്ന് അയാൾ ഷെൽട്ടറിനുമുന്നിൽ എത്തി. തിരക്കായിരുന്നു.

മനസ്സിൽനിന്ന് ഇത്ര പെട്ടെന്ന് കസ്തൂരിയെക്കുറിച്ചുള്ള വേവലാതികൾ ഇല്ലാതായതിൽ മോഹൻദാസിന് ആത്മനിന്ദ തോന്നി. വേവലാതികൾ സൂക്ഷിക്കുവാൻ സമയമോ സൗകര്യമോ ഇല്ലല്ലോയെന്ന് സ്വയം ആശ്വസിച്ചുകൊണ്ട്, ഷെൽട്ടറിനുള്ളിൽ കടന്നുകൂടാൻ അയാൾ തിടുക്കം കൂട്ടി.

* * * * *

ഇടുങ്ങിയ മുറികളിൽ വെളിച്ചമില്ല. ജാലകങ്ങളും വാതിലുകളുമൊക്കെ പുറത്തുനിന്ന് പൂട്ടിയിരിക്കുന്നു. കണ്ണാടി ജാലകങ്ങളിലെ ചില്ലുകളിൽ കറുത്ത കടലാസുകൾ ഒട്ടിച്ചിരിക്കുന്നു. പകലാണോ രാത്രിയാണോ എന്നറിയുവാൻ മുറിക്കുള്ളിൽ ഒരു സൂചകവുമില്ല. മങ്ങിയ വെളിച്ചം പരത്തുന്ന ബൾബുകൾക്കു മേൽ ചിലന്തിവലയും പൊടിയും ആധിപത്യം സ്ഥാപിച്ചിരിക്കുന്നു.

അഞ്ചുമുറികളുള്ള ഒരു ചെറിയ കെട്ടിടമാണ് ഷെൽട്ടർ. രണ്ട് ബാത്ത്റൂമുകളുമുണ്ട്.

ഒരു മുറിയിൽനിന്ന് മറ്റൊന്നിലേക്ക് മോഹൻദാസ് സഞ്ചരിക്കുവാൻ ശ്രമിച്ചു. ഒരിടത്തുതന്നെ നില്ക്കുമ്പോൾ ശൂന്യതയുടെ വലിയൊരു ചുറ്റിക അയാളുടെ ശിരസ്സിൽ ആഞ്ഞുപതിക്കുന്നതുപോലെ. സായാഹ്നസഞ്ചാര വേളയിലെന്നപോലെ അയാൾ നടന്നു.

മൂത്രത്തിന്റെയും മലത്തിന്റെയും നനവും ഗന്ധവും നിറഞ്ഞ അന്തരീക്ഷത്തിൽ, വിയർപ്പിന്റെ എരിയുന്ന ഗന്ധം അപ്രസക്തമായി മാറി.

മുറികൾക്കുള്ളിൽ മനുഷ്യരുടെ തിരക്കാണ്. ഇതിനിടയിലൂടെ അയാൾ നൂഴ്ന്നു നടക്കുന്നതെന്തിനെന്ന ചില ചോദ്യമുഖങ്ങൾ മോഹൻദാസിനു നേർക്ക് ഉയർന്നു. ഞെരക്കങ്ങളും പരാതികളുമൊക്കെ താണ ഒച്ചയിൽ എല്ലായിടത്തും ഒഴുകിക്കൊണ്ടിരുന്നു.

മുറിയുടെ ഇരുളടഞ്ഞ ഒരു മൂലയിൽ വച്ച് മോഹൻദാസ് ഒരു പെൺകിടാവിനെ കണ്ടു. ഇതുപോലെയുള്ള എത്രയോ സ്ത്രീകൾ ഈ ഷെൽട്ടറിലുണ്ടെന്ന് ചിന്തിച്ചശേഷം അയാൾ യാത്ര തുടർന്നു.

പക്ഷേ, അടുത്ത മുറിയിൽനിന്നും ഇരുട്ട് തങ്ങിനില്ക്കുന്ന ആ മൂലയിലേക്ക് അതിവേഗം അയാൾ മടങ്ങിയെത്തി. അവിടെ അവൾ ഉണ്ടായിരുന്നില്ല. തന്റെ ആരോ ആണ് അവളെന്ന് അയാൾക്ക് തോന്നി.

അല്ലെങ്കിൽ അങ്ങനെയാകുവാൻ അയാൾ ആഗ്രഹിച്ചു.

മുറിക്കുള്ളിൽ തിരക്ക് വർദ്ധിച്ചുകൊണ്ടിരുന്നു. ക്രമേണ നിന്നു തിരിയാൻപോലും പ്രയാസമെന്ന മട്ടായി. ഇനി മുറിക്കുള്ളിൽ വെറുതെ ചുറ്റിത്തിരിയുക എന്നത് തികച്ചും അസാദ്ധ്യമാണ്.

എങ്കിലും ഇരുൾ നിറഞ്ഞ ആ മൂലയിൽ കണ്ട സ്ത്രീയെ, മോഹൻദാസ് തിരക്കിനിടയിൽ പിന്നെയും പ്രതീക്ഷിക്കുകതന്നെ ചെയ്തു. സത്യ

ത്തിൽ ഇതൊക്കെ മനസ്സിന്റെ ഒരുതരം വിഹ്വലതയാണ്.

തിരക്കിൽ മലത്തിന്റെയും വിയർപ്പിന്റെയും ഗന്ധത്തിനൊപ്പം ഇപ്പോൾ ശുക്ലത്തിന്റെ ഗന്ധംകൂടിയുണ്ട്.

ഉന്തിലും ബഹളത്തിലും അടുത്ത മുറിയിൽ നിന്നും, ഏതൊക്കെ ശരീരങ്ങൾ തമ്മിലാണ് ഉരസുന്നത്?

ആരുടേയോ നിശ്വാസത്തിന്റെ നീലപ്പുക തന്റെ ചുമലിലമരുന്നത് മോഹൻദാസ് അറിഞ്ഞു. ഒരു തേരട്ട ചുമലിലൂടെ ഇഴയുന്നതായാണ് അയാൾക്ക് തോന്നിയത്.

അയാൾ തിരക്കിനിടയിലൂടെ ലക്ഷ്യമൊന്നുമില്ലാതെ പിന്നേയും നൂഴ്ന്ന് നടക്കുവാൻ ശ്രമിച്ചു. ചില പുരുഷന്മാർ ഷർട്ടുകൾ ഉപേക്ഷിച്ചിരിക്കുന്നു. വിയർപ്പിൽ കുതിർന്നു കഴിയുമ്പോൾ ഷർട്ട് അനാവശ്യമായിരിക്കാം. എന്നാൽ വിയർപ്പിൽ നനഞ്ഞ ശരീരം മറ്റൊരു നഗ്നശരീരത്തിൽ അമരുന്നതോർക്കുമ്പോൾ അറപ്പാണ് തോന്നുന്നത്.

വിയർപ്പിൽ നനഞ്ഞൊട്ടിയ ശരീരവുമായി അസ്വസ്ഥമായി ഉഴലുന്ന ഒരു സുന്ദരിയുടെ കണ്ണുകൾ ആസക്തിയോടെ ക്ഷണിക്കുന്നത് മോഹൻദാസ് അറിഞ്ഞു. ആ കണ്ണുകളിൽ നിന്ന് അകലേക്ക് ഒഴിഞ്ഞുപോകണമെന്ന് മോഹൻദാസ് ആഗ്രഹിച്ചു.

അയാൾ ആരേയും ശല്യപ്പെടുത്താതെ മെല്ലെമെല്ലെ സഞ്ചരിച്ചു. ഒരിക്കൽ പഴയ പെൺകുട്ടിയെ കാണുകയും ചെയ്തു. എന്നാൽ തൊട്ടടുത്ത നിമിഷത്തിൽ ആ ചാരുദൃശ്യം ഇല്ലാതായി.

വലിയ നിരാശയോടെ മോഹൻദാസ് തപ്പിനടക്കുന്നതിനിടയിൽ ഒരു മൃദുലസ്പർശം അയാളുടെ ശരീരത്തെ ഉത്തേജിതമാക്കി. അയാൾ ഏതോ ഗിരിശൃംഗത്തിലേക്ക് പറന്നുയർന്നു. എത്ര യാദൃച്ഛികമായാണ് പ്രകൃതി നമ്മെ കീഴടക്കുന്നതെന്ന് ആസക്തിയുടെ ആ മുഹൂർത്തത്തിൽ അയാൾ ഓർമ്മിച്ചു.

ഉന്മാദത്തിന്റെ നിമിഷങ്ങൾക്കു ശേഷം മോഹൻദാസ് ആ ഉന്മാദത്തിന് കാരണമന്വേഷിച്ചു.

അയാളുടെ ശരീരത്തെ ഉത്തേജിതമാക്കിയ ശരീരത്തിന്റെ ഉടമ ആരാണ്? അതൊരു സ്ത്രീശരീരം തന്നെയാണെന്ന കാര്യത്തിൽ തന്നെയും ഉറപ്പൊന്നുമില്ല.

മനുഷ്യൻ എത്ര നിസ്സഹായനാണ്! ചിലപ്പോൾ അവന് ചിലത് തോന്നുന്നു. ഒന്നിനും ഒരു ഉറപ്പില്ല. ഒരു നിയമമില്ല. ശരീരത്തിലെ അവയവങ്ങൾപോലും സ്വന്തമല്ലാതാകുന്ന അവസ്ഥ.

തിരക്കിനിടയിൽ അനാഥമായ സ്വന്തം സ്വപ്നങ്ങളെക്കുറിച്ച് മോഹൻദാസ് ദു:ഖിച്ചു.

അപ്പോഴാണ് വാതിൽ തുറന്നത്. വെളിച്ചത്തിന്റെ ഒരു ചെറിയ പാളി അകത്തേക്ക് കടന്നുവന്നു.

ഭക്ഷണപ്പൊതിയുമായി ഉദ്യോഗസ്ഥർ വാതില്ക്കൽ എത്തിയിരിക്കുന്നു. ഡിയോഡറന്റിന്റെ ഗന്ധം അവരിൽനിന്ന് ഉതിരുന്നു.

ഈ ഉദ്യോഗസ്ഥരിൽ ഒരാളാകാൻ കഴിഞ്ഞെങ്കിലെന്ന് മോഹൻദാസ് ആഗ്രഹിച്ചു.

അഭയാർത്ഥിയാകുന്നതിനേക്കാൾ എത്രയോ അന്തസ്സുള്ള ഒരു കാര്യമാണത്.

ഇപ്പോൾ വാതിലിനു നേർക്ക് എല്ലാവരും തിടുക്കത്തോടെ നടന്നടുക്കുവാൻ ശ്രമിക്കുകയാണ്. ആരും തിരക്കുകൂട്ടേണ്ടതില്ലെന്ന് ഉദ്യോഗസ്ഥർ ആവർത്തിച്ച് അഭ്യർത്ഥിക്കുന്നുണ്ട്. എന്നാൽ വിശപ്പും ദാഹവും മലവും ശുക്ലവുമൊക്കെ അപമാനിതരാക്കിയ മനുഷ്യർ വാതിലിനു നേർക്ക് ഉന്തിയും തള്ളിയും...

ഒരു ശരീരത്തിൽ ചവിട്ടിയാണ് മോഹൻദാസ് മുന്നോട്ടേക്ക് നീങ്ങിയത്. ആ ശരീരത്തിൽ നിന്ന് ചെറിയ ഒരു ഞെരക്കം പോലും ഉയരുന്നില്ല. അതൊരു മനുഷ്യശരീരം തന്നെയാണെന്ന കാര്യത്തിൽ ഏറെക്കുറെ ഉറപ്പാണ്. എന്നാൽ അക്കാര്യം തീർച്ചപ്പെടുത്തണമെങ്കിൽ ചുവട്ടിലേക്ക് ഒന്നു കുനിഞ്ഞുനോക്കണം. തിരക്കിനിടയിൽ അത് അസാദ്ധ്യമാണ്. ചിലപ്പോൾ അതൊരു ശവശരീരമായേക്കാനും മതി.

തൊട്ടടുത്ത നിമിഷത്തിൽ വലിയൊരു തള്ളലിൽപ്പെട്ട് മോഹൻദാസ് വാതിലിനുമുന്നിലെത്തി. ഭക്ഷണം വിതരണംചെയ്യുന്ന, യൂണിഫോറമണിഞ്ഞ യുവതി അയാൾക്ക് നേർക്ക് ഭക്ഷണപ്പൊതി നീട്ടി. അതു വാങ്ങിയശേഷം മുഖമുയർത്തിയപ്പോൾ ആ യുവതി തന്റെ ഭാര്യ കസ്തൂരിയാണല്ലോയെന്ന്, ഒരു ഞെട്ടലോടെ അയാൾ സ്വയം പറഞ്ഞു. ഒരിക്കൽകൂടി ആ മുഖത്തേക്ക് ഒന്നു നോക്കണമെന്നും കാര്യം ഉറപ്പുവരുത്തണമെന്നും മോഹൻദാസ് ആഗ്രഹിച്ചു. എന്നാൽ അപ്പോഴേക്കും തള്ളലിൽപ്പെട്ട് അയാൾ വാതിലിൽനിന്നും വളരെ അകലേക്ക് മാറ്റപ്പെട്ടുക്കഴിഞ്ഞിരുന്നു. ഇല്ല, അത് കസ്തൂരിയാകാൻ തീരെ സാദ്ധ്യതയില്ല, എന്നിങ്ങനെ മോഹൻദാസ് സമാധാനിച്ചു.

തിരക്കിലൂടെ അയാൾ മുന്നോട്ടു നീങ്ങി. അപ്പോൾ തൊട്ടടുത്തായി ഒരു വിഭ്രാന്ത നിമിഷത്തിന്റെ അല പോലെ, മുറിയിലെ ഇരുണ്ടമൂലയിൽവച്ച് അയാൾ ഒരിക്കൽ മാത്രം കണ്ട ആ സുന്ദരി പിന്നെയും ആവർത്തിച്ചു. തിരക്കിൽ അയാളുടെയും അവളുടെയും ശരീരങ്ങൾ മാംസത്തിന്റെ ചൂടോടെ പരസ്പരം ഉരുമ്മി.

ഒറ്റ നിമിഷം മാത്രം!

ഇനി ഇതും ഒരു തോന്നലാണോ എന്ന് അയാൾ ഉറപ്പിക്കുന്നതിനിടയിൽ തിരക്ക് അവരെ വേർപെടുത്തി.

സമ്മിശ്രഗന്ധങ്ങളുടെയും ശബ്ദങ്ങളുടെയും ശരീരങ്ങളുടെയും സമ്മർദ്ദത്തിലൂടെ സഞ്ചരിക്കുന്നതിനിടയിൽ അയാൾ ക്ഷമയോടെ ഭക്ഷണപ്പൊതി തുറക്കുവാൻ തുടങ്ങി.

പുറമ്പോക്ക്

വെയിൽ പരന്നു. കാറ്റ് വീശി. ആകാശത്തിൽ മേഘങ്ങൾ നിരന്നു. താഴെ നിരത്തുകളിൽ മനുഷ്യരും നിറയുന്നു.

മാളികമുകളിലെ സിൽക്കു മെത്തയിലിരുന്ന് രജനി അലസമായി നഗരവീക്ഷണം നടത്തി. ചുവന്ന കിടക്കവിരിപ്പിലെ ചെറുഭൂപടങ്ങളിലൂടെ അവൾ വിരലോടിച്ചു.

ഈ ഭൂപടങ്ങൾ നഗരങ്ങളുടേതാണ്; ഗ്രാമങ്ങളുടേതാണ്. ഓരോ ഭൂപടത്തിലും തൊടുമ്പോൾ രജനി ഓരോ പ്രദേശത്തെ അറിയുന്നു. ഓരോരോ മനുഷ്യരെ അറിയുന്നു.

കഞ്ഞിപ്പശയിൽ മുക്കിയ പരുത്തിയുടുപ്പിന്റെ മണം. അത്തർ പൂശിയ പുത്തൻ പണത്തിന്റെ മണം! കൈലിയിൽ പുരണ്ട മണ്ണിന്റെയും പുളിച്ച ചാരായത്തിന്റെയും മണം.

രജനിയിലൂടെ പർവ്വതങ്ങളിലെ കാറ്റു വീശി. സമതലനഗരങ്ങളിലെ തിരക്കിലെ പൊടിയും പുകയും പാളി.

അവൾ കണ്ണുകളടച്ചു.

തലേരാത്രിയിൽ ഗ്ലാസുകളിൽ ഒഴിച്ചതും കുടിച്ചുതീർക്കാത്തതുമായ മദ്യത്തിൽ നാലഞ്ചീച്ചകൾ ചത്തുകിടക്കുന്നു. രണ്ടു ഗ്ലാസുകളിൽ മദ്യം ബാക്കിയാണ്. കുപ്പിയും ഒഴിഞ്ഞിട്ടില്ല.

ഗ്ലാസിലെ അവസാനത്തെ തുള്ളിയും നക്കിയെടുത്തിരുന്ന പഴയ രാത്രികളെ അവൾ ഓർമ്മിച്ചു.

അകലെ താഴ്വരയിൽ നിന്നും ബുൾഡോസർ വരികയാണ്. സൂര്യന്റെ വെളിച്ചം ബുൾഡോസറിനുമേൽ പരക്കുന്നു. അപ്പോൾ അതിന്റെ നെറ്റിയിൽ പതിച്ചിരിക്കുന്ന സ്റ്റിക്കർ ചിലപ്പോഴൊക്കെ തിളങ്ങുന്നുണ്ട്.

രജനി വെറുതെയൊന്ന് ചിരിച്ചു.

ജീവിതം അടരുകളായി അവൾക്കുമേൽ ചിതറിവീണു.

പുഴയോരത്തെ പുറമ്പോക്ക്.

ചതുപ്പ് നിലത്തിൽ നഗരത്തിലെ മാലിന്യങ്ങൾക്കും ആഫ്രിക്കൻ പായൽക്കൂട്ടങ്ങൾക്കുമിടയിലെ ഉറപ്പില്ലാത്ത സമതലത്തിലെ ചെറ്റപ്പുര. അതായിരുന്നു രജനിയുടെ വീട്.

രജനിയും അമ്മയും! അമ്മയും രജനിയും! ഭൂമിയും ആകാശവും....

വെയിലും മഴയും കാറ്റും വെളിച്ചവുമൊക്കെ ആ വീട്ടിൽ കയറിയിറങ്ങി. ഋതുക്കളോരോന്നും ആ വീടിനുള്ളിലെ ജീവനുള്ളതും ഇല്ലാത്തതുമായ വസ്തുക്കളെ നിരന്തരം അനുഭവിച്ചു. പ്രണയത്തിന്റെയോ നിരാസത്തിന്റെയോ ക്രോധത്തിന്റെയോ സ്നേഹത്തിന്റെയോ ഭീതിയുടെയോ ആഹ്ലാദത്തിന്റെയോ ദു:ഖത്തിന്റെയോ രതിയുടെയോ അടയാളങ്ങൾ ഏറ്റുവാങ്ങിയ വസ്തുക്കൾ ചാഞ്ഞും ചെരിഞ്ഞും ആ ചെറ്റപ്പുരയിൽ ഉറങ്ങിയും ഉണർന്നും വർത്തിച്ചു. അവ ചിലപ്പോൾ ഞെരങ്ങി. ചിലപ്പോൾ ഇഴഞ്ഞു. ചിലപ്പോൾ നൃത്തം ചെയ്തു.

ജീവിതം ഒഴുകിക്കൊണ്ടിരുന്നു.

കഞ്ചാവ്ബീഡി തീർക്കുന്നതിനിടയിൽ അമ്മ മകളുടെ ജഡപിടിച്ച തലമുടിയിലൂടെ വിരലോടിച്ചു.

"പെണ്ണേ! രജനീ......."

ശബ്ദത്തിൽ അരുമയില്ലാതെ തള്ള അവളെ ലാളിച്ചു..!

"എന്തെരെന്നേ..!"

പകലുറക്കത്തിൽ തിരിഞ്ഞുകിടന്ന് കണ്ണുകളടച്ച് രജനി സ്നേഹം അനുഭവിച്ചു.

കഞ്ചാവ് ബീഡി ആഞ്ഞുവലിച്ചുകൊണ്ട് കുട്ടപ്പണ്ണൻ കണ്ണുകളടച്ചു. കഞ്ചാവിൻ കുമിളകൾക്കിടയിലൂടെ അയാൾ വിളിച്ചു.

"പെണ്ണേ! ചെല്ലക്കിളീ...!"

"ഇതെന്തരണ്ണാ.....! എപ്പഴും......."

ചെറ്റമറയിൽ പതുങ്ങിനിന്ന് രജനി മെരുങ്ങി.

ചുവന്ന തോർത്ത് അലസമായി കിടന്നിരുന്ന രോമനിബിഢമായ മാറിൽ സമുദ്രത്തിലെ തിരകളിളകുന്നത് അവൾ കണ്ടു.

അവൾ അലസയായി!

അവൾ വിവശയായി.

കഞ്ചാവിന്റെ പുകയിൽ, പാതിവെന്ത മരച്ചീനിക്കഷണങ്ങൾ പോലെ പലതും അവ്യക്തമായി; രുചിയിൽ മാത്രമല്ല, കാഴ്ചയിലും.

രാത്രിയുടെ നനവുള്ള പുല്ലും കുറ്റിച്ചെടികളും. കരിയിലകൾക്കിടയിലൂടെ ഇഴയുന്ന ഇരുട്ട്. കണ്ണടയ്ക്കുകയും തുറക്കുകയും ചെയ്യുന്ന തൊട്ടാവാടികൾ. അവയ്ക്കിടയിൽ മിന്നുന്ന അമ്മയുടെ കോടക്കലം.

അമ്മയുടെ തവിട്ടുനിറമുള്ള ലുങ്കി. നെറ്റിയിലെ വലിയ പൊട്ട്. മുഖത്തെ അനേകം കാക്കപ്പുള്ളികൾക്കിടയിൽ കിനിയുന്ന വിയർപ്പ്.

താഴ്ത്തിവെട്ടിയ ബ്ലൗസിനിടയിലെ ഇളകുന്ന ആട്ടിൻകുട്ടികൾ.

അതൊക്കെ കണ്ടും കേട്ടും രജനി നിന്നു. ചെറ്റപ്പുരയിലേക്ക് നടന്നും പിന്നെയും പൊന്തക്കാട്ടിലേക്ക് മടങ്ങിയും ആകാശത്തിലെ പാതിമുറിഞ്ഞ ചന്ദ്രനുനേർക്ക് ചരലുകൾ വാരിയെറിഞ്ഞും അവൾ നേരം പോക്കി.

പൊന്തക്കാട്ടിൽ അമ്മ ഗ്ലാസിലേക്ക് ചാരായമൊഴിക്കുകയാവും. കരിയിലകൾക്കിടയിൽ ഒളിപ്പിച്ചുവച്ച അലുമിനിയം പാത്രത്തിൽ എരിവുള്ള ഇറച്ചിക്കഷണങ്ങളോ മീനോ അച്ചാറോ അങ്ങനെ എന്തെങ്കിലുമൊക്കെയുണ്ടാവും.

ഗ്ലാസിലേക്ക് ചാരായം പകരുന്നതിനിടയിൽ ഓരോരുത്തരുടെ നോട്ടങ്ങൾ ഇഴജന്തുക്കളെപ്പോലെ ഇഴഞ്ഞുനടന്നു. ചിലപ്പോൾ ഫണം വിടർത്തി. അമ്മയുടെ ഇളകുന്ന ശരീരം അനേകം തോണികളൊഴുകുന്ന ഒരു പുഴയാണെന്ന് രജനി അറിഞ്ഞു.

അങ്ങനെയൊരു ചെറുരാത്രിയിൽ ചെറ്റ തുറന്ന് പുരയ്ക്കുള്ളിൽ കടന്നപ്പോൾ മണിയണ്ണൻ വെള്ളമടിച്ച് ബോധമില്ലാതുറങ്ങുന്നു. അരയ്ക്കു കീഴിൽ വസ്ത്രങ്ങളില്ലെന്നത് കൗമാരത്തിന് താങ്ങാനാവുന്നതിലുമപ്പുറമുള്ള കൗതുകമായിരുന്നു.

വെറുതെയൊന്ന് നോക്കി.

നോക്കിയപ്പോൾ ചിരി വന്നു. ഇരുൾ നിറഞ്ഞ ഒരു താഴ്വര പോലെ....

വെറുതെയൊന്ന് തൊട്ടുനോക്കി.

കാറ്റിലിളകുന്ന ഒറ്റയാൻ പനമരംപോലെ!

ഇപ്പോൾ തോന്നുന്നു, അത് താഴ്വാരത്തിൽ നിന്നും മുകളിലേക്കുയരുന്ന ബുൾഡോസറായിരുന്നുവെന്ന്.

അക്കാലത്ത് ബിനീഷ്, അമ്മയുടെ സഹായിയായെത്തി.

തൊട്ടും പിടിച്ചും കണ്ടും കാണാതെയും സ്വപ്നങ്ങൾ വന്നു നിറഞ്ഞു. മുറ്റത്തെ പാഴ്മരം നിറയെ പൂവായിരുന്നു. കാറ്റിന് സുഗന്ധമായിരുന്നു. രാത്രിയിലും സന്ധ്യയുടെ അലസമന്ദസ്മിതമായിരുന്നു. ആകാശത്തിലെ നക്ഷത്രങ്ങളും മേഘങ്ങളും മിന്നൽപ്പാളികളും മഴയിൽ നനയുന്ന പുഴയുമൊക്കെ രജനിയിൽ വലകെട്ടി.

ബിനീഷും രജനിയും ചെറ്റവാതിൽ തുറന്നുവച്ച് ചുറ്റുംപെയ്തു നിറയുന്ന മഴ കണ്ടു. മഴ അവരിൽ നിറഞ്ഞുതുളുമ്പി. കലക്കവെള്ളത്തിൽ ചുവന്ന പ്ലാസ്റ്റിക് പൂക്കൾ ഒഴുകിനടന്നു.

പൊന്തക്കാട്ടിലൊളിപ്പിച്ച കന്നാസുകൾ ബിനീഷ് ചെറ്റപ്പുരയിലേക്ക് മഴയിലൂടെ എടുത്തുകൊണ്ടുവന്നു. അപ്പോൾ ബിനീഷിന്റെ പൊട്ടിയ മുഖക്കുരുക്കളിൽ മഴത്തുള്ളികൾ തുളുമ്പി നിന്നിരുന്നു.

പുരയ്ക്കുള്ളിലേക്ക് മഴവെള്ളം കടന്നുവന്നപ്പോൾ വെള്ളത്തെ ചെറുക്കാനെന്നവണ്ണം ബിനീഷ് വാതില്ക്കൽ കാവൽ നിന്നു. ഉള്ളിലേക്ക് വെളിച്ചം വന്നില്ല. അവന്റെ നിഴൽ പുരയെ മുഴുവനായി വിഴുങ്ങി. ആ നിഴലിലിരുന്ന് അമ്മയും മകളും തണുപ്പുറങ്ങുന്ന അടുപ്പിലേക്ക് കനൽ പകർന്നു.

വലിയൊരു പെരുവെള്ളപ്പാച്ചിലിൽ അടുപ്പും കനലും തീയും അടുക്കളയും വീടുമൊക്കെ ഒഴുകിപ്പോയി.

അകലെ നിന്നും ഒഴുകിവരുന്ന കൊതുമ്പു വള്ളത്തിലേക്ക് കണ്ണും നട്ട് ഭീതിയോടെ കാത്തു നില്ക്കുമ്പോൾ ബിനീഷിന്റെ തണുത്ത വിരലുകൾ രജനിയെ സ്പർശിച്ചു.

കലക്കവെള്ളം ചുവന്നു. പിന്നെ ഇളം മഞ്ഞനിറമുള്ള വല അതിന്മേൽ പടർന്നു. വയലറ്റ് നിറമുള്ള നിശ്ശബ്ദതയുടെ ദലങ്ങൾ പെരുകി.

അപ്പോഴേക്കും കൊതുമ്പുവള്ളത്തിൽ രക്ഷകരുടെ സംഘം എത്തി. അമ്മയെയും മകളെയും കന്നാസുകളേയും ബിനീഷിനെയുമൊക്കെ വള്ളത്തിൽ നിറച്ചു.

ഒഴുകിപ്പോയ പുര നിന്നിരുന്ന ഉറപ്പില്ലാത്ത മണ്ണിനുമുകളിൽ പിന്നെയും വെയിൽ പരന്നു. രജനിയും അമ്മയും ശൂന്യതയിലേക്കെന്ന വണ്ണം ജീവിതത്തിലേക്ക് തിരിച്ചുവന്നു. കരിങ്കല്ലും ഇഷ്ടികയും കൊണ്ടുള്ള വാർപ്പുവീടെന്ന സ്വപ്നം യാഥാർത്ഥ്യമായി.

പണി തീർന്നിരുന്നില്ല. ജനാലയ്ക്ക് പാളികൾ പണിതിരുന്നില്ല. വീടിന് പാളിയുള്ള ഒറ്റവാതിൽ മാത്രമേ ഉണ്ടായിരുന്നുള്ളു. മറ്റു മുറികളിലേക്കുള്ള രണ്ട് കട്ടളകൾക്ക് പാളിയില്ലാതിരുന്നതിനാൽ വീട്ടിന് രഹസ്യങ്ങളില്ലായിരുന്നു. വീടിന്റെ പുറകുവശത്തേക്കുള്ള ഒരു കട്ടള പണി തീർത്ത് വച്ചിരുന്നെങ്കിലും പാളിയില്ലാത്തതിനാൽ അതിനെ ഉറപ്പിച്ചില്ല. മുറിയുടെ മൂലയിലൊരിടത്ത് ആ കട്ടള ഇരുൾ പുതച്ച് കിടന്നു.

മണിയണ്ണനും രാജൻ മേസ്തിരിയും ബിനീഷുമൊക്കെ വന്നും പോയുമിരുന്നു. വീട്ടിനുചുറ്റും നഗരത്തിലെ പാഴ്വസ്തുക്കൾ കുന്നുകൂടി.

ആയിടെയാണ് രവിയണ്ണൻ പുതിയ പതിവുകാരനായത്. കഞ്ഞിപ്പശമുക്കിയ വെളുത്ത മുണ്ടും ഷർട്ടും മിനുസമുള്ള ചിരിയും മറ്റുമുള്ള രവിയണ്ണൻ! ഒഴുകിപ്പോയ വീട്ടിനുള്ള സർക്കാർ സഹായധനം രവിയണ്ണൻ തരപ്പെടുത്തികൊടുത്തതോടെ സൗഹൃദം ഉറച്ചു.

രാജൻ മേസ്തിരിയുമൊത്താണ് രവിയണ്ണൻ ആദ്യം വന്നത്. പിന്നെ രവിയണ്ണൻ തനിച്ചും കൂട്ടുകാരുമൊത്തും എത്രയോ തവണ വന്നു.

കുപ്പിവളകൾ പൊട്ടി. ചാന്തുപൊട്ടിന്റെ ചെറിയ ചാലുകൾ പണി തീരാത്ത വീട്ടിന്റെ ഭിത്തിയിൽ ചിത്രങ്ങൾ വരച്ചു. ഉറക്കെയുള്ള ചിരി ചാരായത്തിന്റെ തെളിമയിൽ നിറം ചാലിച്ചു.

ജനാലകൾക്ക് പാളികൾ വന്നു. ജാലകവിരികൾ വന്നു. മുറ്റത്ത് പൂച്ചെടികളും ഏതാനും പൂച്ചട്ടികളും വന്നു.

അമ്മ മരിച്ചു. അപ്പോൾ എല്ലായിടത്തും ഓടിനടന്നത് രവിയണ്ണനായിരുന്നു. അമ്മയുടെ ശവം പുറമ്പോക്കിൽ വീട്ടിനരികിൽ തന്നെ അടക്കം ചെയ്തു. വീടിനു ചുറ്റുമുള്ള പതിനഞ്ച് സെന്റ് സ്ഥലം ചുറ്റുമതിൽ കെട്ടി സുരക്ഷിതമാക്കി. കരിങ്കൽ മതിലിനുമുകളിൽ കുപ്പിച്ചില്ലുകൾ പതിച്ചു. കൂറ്റൻ ഇരുമ്പുഗേറ്റും ഗേറ്റിൽ കനമുള്ള താഴും സ്ഥാപിച്ചു.

താഴിന്റെ ഒരു താക്കോൽ രജനിയുടെ കൈയിൽ ഏല്പിച്ച് രവി

യണ്ണൻ പറഞ്ഞു.

"സൂക്ഷിക്കണം. ആരുവന്നാലും ഗേറ്റ് തുറക്കരുത്. കാലം ശരിയല്ല."

താഴിന്റെ മറ്റേത്താക്കോൽ വെറുതെ മുകളിലേക്കെറിയുകയും പിടിക്കുകയും ചെയ്തുകൊണ്ട് ഒരു അഭ്യാസിയെപ്പോലെ കുറച്ചുനേരം രവിയണ്ണൻ അങ്ങനെ നിന്നു.

രജനി താക്കോൽ ഒരു ആണിയിൽ തൂക്കി.

പിന്നെ എപ്പോഴെങ്കിലും ആ താക്കോലിനെയോ ആണിയെയോ കണ്ടതായി അവൾ ഓർക്കുന്നില്ല. അങ്ങനെ ജീവിതത്തിൽ ഏന്തെല്ലാം അപ്രത്യക്ഷമാകുന്നു. എന്തെല്ലാം ഓർമ്മകൾക്ക് പുറത്താകുന്നു.

ദിവസങ്ങൾക്ക് വേഗം കൂടി.

അമ്മയുടെ ശവമടക്കിയ സ്ഥലത്ത് രവിയണ്ണൻ ഒരു പൂമരം നട്ടു. അതിനുചുറ്റും ഒരു പൂന്തോട്ടമുണ്ടാക്കി.

വീട്ടിൽ ഇലക്ട്രിക് ലൈറ്റ് വന്നു. വീട്ടിലേക്ക് വീതിയുള്ള റോഡ് വന്നു. വീട്ടുമുറ്റത്ത് കാറുകൾ വന്നു. വീട്ടിനുള്ളിൽ പതുപതുപ്പുള്ള മെത്തയും പട്ടുവിരിപ്പുകളും വന്നു.

രജനി പലപ്പോഴും യാത്രയിലായി. ഓരോ യാത്രകഴിഞ്ഞ് മടങ്ങിവരുമ്പോഴും വീടും പരിസരവും മാറിക്കൊണ്ടിരുന്നു. ചപ്പുചവറുകൾക്കിടയിലെ ഉറയ്ക്കാത്ത ഭൂമിക്ക് ബലം വച്ചു. കാലവും ചപ്പുചവറുകളും കൂടിക്കലർന്ന് പതം വന്നതാകാം.

ഒരിക്കൽ യാത്ര കഴിഞ്ഞുവന്നപ്പോൾ വീട് ഇരുനില കെട്ടിടമായി. വീട് നില്ക്കുന്ന സ്ഥലം ഉയർന്ന ഒരു പ്രദേശമായി. വീട്ടിലേക്ക് ടാറിട്ട വഴിയായി. ചുറ്റുമുള്ള ചപ്പുചവറുകളുടെ കൂനയും ഉയർന്നുപൊങ്ങിയിരുന്നു.

രവിയണ്ണൻ മാറിക്കൊണ്ടിരുന്നു. രജനിയും മാറി. കാലത്തിന്റെ വേഗത പിന്നെയും വർദ്ധിച്ചു.

ഒരു ദീർഘയാത്രകഴിഞ്ഞ് രജനി മടങ്ങിയെത്തിയപ്പോൾ, അവളുടെ വീട്ടിന്റെ സ്ഥാനത്ത് ഒൻപതുനിലയുള്ള ഒരു മാളിക ഉയർന്നുനിന്നിരുന്നു. മാളിക കുന്നിന്റെ മുകളിലായിരുന്നു. കുന്നിന്റെ ചുവട്ടിലായി ഒരു നഗരവും കുന്നിലേക്ക് വെട്ടിത്തിളങ്ങുന്ന വീഥിയും ഉണ്ടായിരുന്നു.

ലിഫ്റ്റിൽ രജനിയെ ഒൻപതാം നിലയിലെത്തിച്ചശേഷം രവിയണ്ണൻ പറഞ്ഞു. "ഏറ്റവും മുകളിലാണ് രജനിയുടെ ഫ്ളാറ്റ്."

ഒന്നാം നിലയിൽ വായനശാല, പാർട്ടിയാഫീസ്, പാർക്കിങ് സ്ഥലം, അങ്ങനെ ചിലതൊക്കെ.

രണ്ടാം നിലയിൽ ബാങ്ക്.

മൂന്നു നാലും നിലകളിൽ ഷോപ്പിങ് കോംപ്ലക്സ്.

അഞ്ചാം നിലയിൽ മദ്യശാലയും നൃത്തശാലയും ഭോജനശാലയും.

ഒൻപതാം നിലയിൽ രജനി.

ഇപ്പോൾ ഒൻപതാം നിലയിലിരുന്ന്, മുകളിലേക്ക് ഒരു തുമ്പിയെപ്പോലെ പറന്നുവരുന്ന ബുൾഡോസറിനെ അവൾ കാണുന്നു.

പത്രക്കാരനും ക്യാമറകളും വെളിയിൽ കാത്തുനില്ക്കുന്നു. ഓപ്പറേഷനുള്ള സമയം അടുത്തുകഴിഞ്ഞു.

രജനി ടി വി ഓൺ ചെയ്തു.

വാർത്താവായനക്കാരൻ പറയുന്നു

ഇനി രജനി ടവറിനു മുന്നിലേക്ക്. ഞങ്ങളുടെ പ്രതിനിധി രവിശങ്കർ അവിടെയുണ്ട്. വാർത്തയുടെ വിശദാംശങ്ങൾ എന്തൊക്കെയാണ്, രവിശങ്കർ?

രജനി മടുപ്പോടെ ടി വി ഓഫ് ചെയ്തു.

എട്ടുനിലകളിലെയും താമസക്കാർ ഒഴിഞ്ഞുകഴിഞ്ഞു. ഇനി രജനി മാത്രം.

ചില്ലുജാലകത്തിലൂടെ അവൾ പുറത്തേക്കുനോക്കി. അമ്മ പൂമരമായി പൂത്തു നില്ക്കുന്നു.

രജനി കുളിമുറിയിലെ ഷവറിലെ തണുത്ത വെള്ളത്തിൽ കുളിച്ചു. ശരീരം നഗ്നവും ശുദ്ധവുമാക്കി, അവൾ കിടക്കയിൽ നിവർന്നുകിടന്ന് കണ്ണുകളടച്ചു.

ചെറുകാറ്റിന്റെ ഒരു നാളത്തിൽ അവൾ അലിഞ്ഞു.

ഇപ്പോൾ രജനി ടവർ എന്ന ഒൻപതുനിലക്കെട്ടിടം രജനിയുടെ നഗ്നമായ പ്രതിമയാണ്. ഒൻപതാം നിലയിലുള്ള അവളുടെ കണ്ണുകൾ ബുൾഡോസറിൽ പതിഞ്ഞു.

ഇതിനോടകം രവിയായി മാറിയ ബുൾഡോസർ. ഇല്ലെങ്കിൽ ബുൾഡോസറായി മാറിയ രവി പ്രതിമയുടെ അടുത്തെത്തിക്കഴിഞ്ഞു.

ക്യാമറകളിൽ കാഴ്ച നിറഞ്ഞു

ഉദ്ധൃതമായ ബുൾഡോസർ അഞ്ചാം നില പിളർന്ന് ഉള്ളിലേക്ക് കടന്നുചെന്നു. മധുശാലയിലെ മദ്യവും തീൻമേശയിലെ വിഭവങ്ങളും നർത്തനശാലയിലെ നൃത്തവുമൊക്കെ കൂടിക്കലർന്ന് കൊഴുത്ത ഒരു ദ്രാവകം രജനിടവറിന്റെ ചുമരുകളിലൂടെ ഒലിച്ചിറങ്ങുവാൻ തുടങ്ങി.

മുലപ്പാൽ

പുഴയോരത്തുള്ള ഒരു ചെറിയ വീട്ടിലാണ് നീ ജനിച്ചത്.

ഒരു സാധാരണ പെൺകുട്ടി. മറ്റുള്ളവർക്കെന്നപോലെ നിനക്കും ഒരു പേരുണ്ട്. കരുണ. കൊച്ചുകുസൃതികളും നന്മകളും സനേഹവും പ്രതീക്ഷകളും കളിയും ചിരിയും വികാരവുമൊക്കെയുള്ള ഒരു സാധാരണ പെൺകുട്ടി. കരുണ.

പത്തുപന്ത്രണ്ടു വയസ്സൊക്കെയായപ്പോൾ നിനക്കും ചില ചെറിയ രഹസ്യങ്ങളുണ്ടായി. സ്വാഭാവികമായ രഹസ്യങ്ങൾ. എന്നാൽ ആ രഹസ്യങ്ങൾക്കുപോലും ഒരുതരം സുതാര്യതയുണ്ട്. ഒരു പെൺകുട്ടിയുടെ രഹസ്യങ്ങൾക്ക് പരിമിതമായ വിസ്തൃതിമാത്രമേ കല്പിക്കപ്പെട്ടിട്ടുള്ളു. അതിനുള്ളിൽ മാത്രമുള്ള രഹസ്യങ്ങൾ!

അങ്ങനെ ജീവിതം മുന്നോട്ടു നീങ്ങവേ നിന്റെ ജീവിതത്തിന്റെ ദിശ നിർണ്ണയിക്കുന്ന അസാധാരണമായ ഒന്ന് സംഭവിച്ചു. നിന്റെ ഏറ്റവുമടുത്ത കൂട്ടുകാരിയാണ് നന്ദന. നിന്റെ പ്രായം. നീ പഠിക്കുന്ന അതേ സ്കൂളിൽ, അതേ ക്ലാസിൽ പഠിക്കുന്നവൾ. പുഴയോരത്തെ മറ്റൊരു ചെറിയ വീട്ടിൽ താമസിക്കുന്നവൾ. നിന്നെപ്പോലെയുള്ളവൾ. നിന്റെ കൂട്ടുകാരി.

ഒരു അവധിദിവസത്തിലെ മദ്ധ്യാഹ്നം. ഉച്ചയുണിനു ശേഷമുള്ള ആലസ്യത്തിന്റെ സമയം. വെയിലിന്റെ വലിയ പരവതാനികൾ പുഴയ്ക്കുമേൽ നനഞ്ഞുപടരുന്ന സമയം.

ചില മദ്ധ്യാഹ്നങ്ങളിൽ ഉച്ചവെയിലിൽ തിളങ്ങി, പുഴയോരത്തിരുന്ന് നീയും നന്ദനയും കളിചിരികളിൽ മുഴുകാറുണ്ട്. കൊച്ചുവർത്തമാനങ്ങൾക്കും കുസൃതികൾക്കും ശേഷം പുഴയിൽ മുങ്ങിയൊരു കുളിയും നടത്താറുണ്ട്.

അങ്ങനെയുള്ള ഒരു മദ്ധ്യാഹ്നം. അന്ന് നിന്റെ കൂട്ടുകാരി നന്ദന പ്രസ

രിപ്പില്ലാതെ ഏതോ ചിന്തകളിൽ കുടുങ്ങി പുഴയോരത്ത് നിന്നെയും കാത്ത് ഇരിക്കുകയായിരുന്നു. അവളുടെ കണ്ണുകളിലെ പ്രകാശത്തിനു മേൽ കാർമേഘങ്ങൾ പടർന്നിരുന്നു.

എന്തുപറ്റി നന്ദനായെന്ന് സ്വാഭാവികമായും നീ അന്വേഷിച്ചു. ഒന്നുമില്ലെന്ന് ഒരു വിതുമ്പലോടെ അവൾ പറഞ്ഞപ്പോൾ, എന്തോ ഉണ്ടല്ലോ എന്ന് നീ സംശയിച്ചു. ഒളിവേതുമില്ലാതെ അത് ചോദിക്കുകയും ചെയ്തു.

എന്നിട്ടും നന്ദന മിണ്ടിയില്ല. പുഴയോരത്തെ തെളിമണലിൽ വെറുതെ വരച്ചും മായ്ച്ചുമിരുന്നു. ഇങ്ങനെ വരയ്ക്കുകയും മായ്ക്കുകയും വിഷാദവതിയാവുകയും ചെയ്യുന്ന ഒരാളുടെ ശരീരഭാഷതന്നെ ചിലത് സംസാരിക്കുന്നുണ്ട്. ശരീരഭാഷയുടെ പാഠങ്ങൾ പഠിക്കാത്ത ഒരാൾക്കു പോലും മനസ്സിലാക്കാവുന്നത്.

അങ്ങനെ ചിലത് നിനക്കും ഊഹിക്കാനായിരിക്കാം.

അതാണല്ലോ നീ അവൾക്കരികിലിരുന്ന് അവളുടെ ചുമലിൽ കരുണയോടെ തഴുകിയത്. തലമുടിയിലൂടെ വാത്സല്യത്തോടെ വിരലോടിച്ചത്.

എന്തു പറ്റി നന്ദനാ എന്തു പറ്റിയെന്ന്, നിന്റെ വിരലുകളിലൂടെ മനസ്സും ശരീരവും അവളോട് ചോദിച്ചുകൊണ്ടിരുന്നു. പുഴമണ്ണിൽ വരച്ചും മായ്ച്ചും മുട്ടിനിടയിൽ മുഖം പൂഴ്ത്തി വികാരങ്ങളൊളിപ്പിച്ചും കുറച്ചു നേരം നന്ദന പിടിച്ചുനിന്നു.

പിന്നെ നിറമിഴികളോടെ മുഖമുയർത്തി. അവൾ നിനക്കു മുൻപിൽ കീഴടങ്ങി. കരയാതെയെന്ന് നീ ആശ്വസിപ്പിച്ചു. എന്തുപറ്റിയെങ്കിലും നമുക്ക് വഴിയുണ്ടാക്കാമെന്ന്, ഇവൾ വല്ല പ്രണയത്തിലും വീണിരിക്കുമോയെന്ന് സംശയിച്ചുകൊണ്ട് നീ പറഞ്ഞു.

“ഞാൻ എല്ലാം പറയാം. നമുക്ക് ആ മരച്ചോട്ടിലിരിക്കാം,” എന്നു പറഞ്ഞ്, നന്ദന ചെറിയ ചെടികളും വള്ളിപ്പടർപ്പുകളും മരവും തണലും തണുപ്പും പകരുന്ന മാമരച്ചുവട്ടിലേക്ക് നിന്നെ വിളിച്ചുകൊണ്ടുപോയി.

എന്താണ് ഇവൾ പറയാൻ പോകുന്ന രഹസ്യമെന്ന് നീ ജിജ്ഞാസുവായി.

മരച്ചില്ലയിലെ ഇലകൾക്കിടയിൽ മറഞ്ഞിരുന്ന് ഒരു തത്തമ്മ ശബ്ദിച്ചു. ഈ തത്തയുടെ ഭാഷ അറിയാമായിരുന്നെങ്കിൽ നന്ദന പറയാതെ തന്നെ അവളുടെ രഹസ്യം മനസ്സിലാക്കാൻ കഴിഞ്ഞേനേയെന്ന് നീ വിചാരിച്ചു.

“ഒരു കൊച്ചു മീനിനെ കൊക്കിലാക്കി ഒരു നീലപ്പൊന്മാൻ പകച്ചു പൊങ്ങി. ”

നന്ദന പറഞ്ഞത് ഒരു പീഢനകഥയായിരുന്നു. വില്ലൻ നന്ദനയുടെ അച്ഛന്റെ അനുജനായിരുന്നു.

മരത്തിനും ഇലച്ചാർത്തുകൾക്കിടയിലുമുള്ള നിങ്ങളുടെ ഏകാന്തത അനുനിമിഷം സാന്ദ്രമായിക്കൊണ്ടിരുന്നു. പുറംലോകത്തുനിന്നുള്ള വെളിച്ചമോ ശബ്ദങ്ങളോ കടന്നുചെല്ലാത്തവിധം നിങ്ങളുടെ ലോകം നിബി

ഡവും സാന്ദ്രവും ആയിത്തീർന്നു.

നന്ദന തേങ്ങിക്കരഞ്ഞപ്പോൾ നീ പറഞ്ഞു, " നന്ദനേ നീ കരയരുത്"

"ഒന്നു കരയുകയെങ്കിലും വേണ്ടേ? വീട്ടിലിരുന്ന് കരയാനും പറ്റില്ല."

"എങ്കിൽ കരഞ്ഞോളു." വാത്സല്യത്തോടെ നന്ദനയുടെ കണ്ണീരിനെ വിരൽകൊണ്ട് തഴുകിയകറ്റിക്കൊണ്ട് നീ പറഞ്ഞു.

കുറച്ചുനേരം നിങ്ങൾ ഒന്നും സംസാരിച്ചതേയില്ല. നന്ദന കരയുക മാത്രം ചെയ്തു.

നീ നന്ദനയുടെ വിതുമ്പുന്ന മുഖക്കാഴ്ചകൾക്കു മുന്നിൽ ഒരു തീർത്ഥാടകയായി.

ആ കവിളിലെ കണ്ണീർച്ചാലുകൾ പുഴയാണെന്ന് നിനക്ക് തോന്നി. ആ പുഴയിൽ മുങ്ങിക്കുളിക്കാൻ നീ ആഗ്രഹിച്ചു.

പുഴയോരത്ത് ആടകൾ അഴിച്ചുവച്ച് നിങ്ങൾ പുഴവെള്ളത്തിന്റെ സ്നേഹത്തിലേക്കിറങ്ങി. നന്ദനേ കരയരുതേയെന്ന്, നീ ആവർത്തിച്ചുകൊണ്ടിരുന്നു.

പുഴവെള്ളത്തിൽ മുഴുകിയും, പുഴയിൽ നീന്തിയും നീ പുഴയെ ആഴത്തിലാഴത്തിൽ അറിഞ്ഞുകൊണ്ടിരുന്നു. നിന്റെ ലാളനകളിൽ പിടഞ്ഞ് പുഴ പിന്നെയും പിന്നെയും ഉണർന്നുകൊണ്ടിരുന്നു.

നന്ദനയെ അഗാധമായി ചുംബിച്ചുകൊണ്ട് വിതുമ്പുന്ന ആ ചുണ്ടുകളിൽ നീ സാന്ത്വനത്തിന്റെ അടയാളം ചാർത്തി. പിന്നെ അവളുടെ നഗ്നശരീരത്തിലുടനീളം അടയാളങ്ങൾ വീഴ്ത്താൻ തുടങ്ങി. അപ്പോൾ നിന്റെ മുലകൾ വിജൃംഭിതമാവുകയും അവ ചുരത്താൻ തുടങ്ങുകയും ചെയ്തു.

സർഗ്ഗചേതനയുടെ ഒരു ഉത്തുംഗമുഹൂർത്തം സംഗതമായി.

നിന്റെ മുലകളിൽ നിന്നുതിരുന്ന സ്നേഹത്തിലേക്ക് നന്ദനയുടെ ആസക്തമായ ചുണ്ടുകൾ വന്നണഞ്ഞു. അപ്പോൾ നന്ദനയുടെ ചുണ്ടുകൾക്ക് വയലറ്റു മുന്തിരിയുടെ മണമായിരുന്നു.

നന്ദന മുലപ്പാലിന്റെ ധാരയിലേക്ക് ഒരു നദിയിലെന്നപോലെ ഇറങ്ങിച്ചെന്നു.

അങ്ങനെ നിന്നിലെ നദിയിൽ നന്ദനയും നന്ദനയിലെ നദിയിൽ നീയും മുങ്ങിക്കുളിച്ചു, നീന്തിത്തുടിച്ചു. ഒറ്റനദിയായി നിങ്ങൾ ഒഴുകി. നിങ്ങളിൽ തന്നെ നിങ്ങൾ സ്നാനം ചെയ്തു.

അതിഗൂഢമായ ആ നിമിഷങ്ങളുടെ സാന്ദ്രവിശുദ്ധിക്കു മുകളിലേക്ക് മരത്തിൽനിന്നും ഇലകൾ കൊഴിഞ്ഞുവീണു. പുഴയിലൂടെ അതങ്ങനെ ഒഴുകിനീങ്ങി. മരച്ചില്ലകളിലെ പക്ഷികളുടെ പാട്ടും എവിടെയൊക്കെയോ നിന്ന് ചിതറി വീണ സ്വപ്നങ്ങളുടെ നിറങ്ങളും പുഴയിലെ ഒഴുക്കുവെള്ളത്തെ അലങ്കരിച്ചു.

കുളികഴിഞ്ഞ് തീരത്തിലണഞ്ഞപ്പോൾ നിങ്ങൾ ഇരുവരും ശാന്തരായിരുന്നു. നിങ്ങളുടെ ശരീരത്തെ മരത്തിൽ നിന്നുതിർന്ന ഇലകളും ഭൂമിയുടെ മണമുള്ള മണ്ണും അനുഗമിച്ചിരുന്നു.

തിടുക്കത്തിൽ വസ്ത്രങ്ങൾ ധരിച്ച്, മരച്ചില്ലകളുടെയും വള്ളിപ്പടർപ്പിന്റെയും ലോകത്തുനിന്നും നിങ്ങൾ പുറത്തെ വെയിലിലേക്കിറങ്ങി.

വീട്ടിലേക്ക് നടന്നുനീങ്ങുമ്പോൾ ജീവിതത്തിന്റെ തന്നെ ദിശമാറുന്ന ഒരു സംഭവമാണതെന്ന് നീ ചിന്തിച്ചിരിക്കയില്ല. പെൺകിടാങ്ങളുടെ പരിമിതമായ വിസ്തൃതി മാത്രം കല്പിക്കപ്പെട്ട ജീവിതത്തിനും രഹസ്യങ്ങൾക്കുമപ്പുറമുള്ള ഒരിടത്ത് എത്തിച്ചേർന്നിരിക്കുന്നുവെന്ന പരമാർത്ഥത്തെക്കുറിച്ച്, എന്തായാലും നീ ബോധവതിയായിരിക്കണം.

കരുണേ! അങ്ങനെ മദ്ധ്യാഹ്നത്തോടെ നീ മറ്റൊരുവളായി.

നിന്റെ കൂട്ടുകാരി നന്ദനയും നിന്നോടൊപ്പം വലിയൊരു യാത്രയ്ക്ക് ചുവടുകൾ വയ്ക്കുകയായിരുന്നു.

അതിഗഹനമായി ആഴങ്ങൾ പ്രതിഫലിപ്പിച്ച് പിന്നെയും നിങ്ങൾ ഒഴുകി. മറ്റുള്ളവരിൽ നിന്ന് നിങ്ങളിലേക്ക് ഒരു തരം അകൽച്ച ശാശ്വതമായി നിലനിന്നു. നിങ്ങൾക്കിടയിൽ ഗാഢവും നിരന്തരവുമായ സ്നേഹസാന്നിദ്ധ്യം പെരുകി. പുഴയിലെ ജലവും ഒഴുക്കുമായി നിങ്ങൾ.

അങ്ങനെയിരിക്കെ നിന്നെ നീയാക്കുന്ന രണ്ടാമത്തെ സംഭവം സംഗതമായി.

നിന്റെ ചേച്ചി പനിച്ചുറങ്ങുന്ന ഒരു ദിവസം ചേച്ചിയുടെ കുഞ്ഞുമകൾ മുലപ്പാലിനായി ശാഠ്യം പിടിച്ച് കരയുകയായിരുന്നു. അമ്മൂമ്മയേയും കുപ്പിപ്പാലിനേയുമൊക്കെ അവഗണിച്ച് കുഞ്ഞുമോൾ കരഞ്ഞുകൊണ്ടേയിരുന്നു. വീടിന്റെ ഭിത്തികളിൽ കുഞ്ഞുമോളുടെ പശിക്കരച്ചിൽ പ്രതിഫലിച്ചു.

കുഞ്ഞിനെ സ്നേഹത്തോടെ വാരിയെടുത്ത് നീ നിന്റെ മുറിയിലേക്ക് പോയി. അപ്പോൾതന്നെ കുഞ്ഞിന്റെ കരച്ചിൽ കുറഞ്ഞുതുടങ്ങിയിരുന്നു. എന്താണ് സംഭവിക്കുന്നതെന്ന് നിനക്ക്തന്നെ വ്യക്തമായില്ല. മാറിടത്തിലെ നനവ് വസ്ത്രങ്ങളിൽ പരന്നപ്പോഴാണ് നീ അറിഞ്ഞത്.

കുഞ്ഞിന്റെ ചുണ്ടുകൾക്കുള്ളിൽ നീ സന്ദേഹമില്ലാതെ മുലക്കണ്ണു തിരുകി. മുലപ്പാലിന്റെ ആർദ്രതയിൽ കുഞ്ഞുമോൾ ആശ്വസിച്ചു.

കതകുതുറന്ന് കടന്നുവന്ന നിന്റെ അമ്മ ഒരു നിമിഷം ചകിതയായി. സംഭവിക്കാൻ പാടില്ലാത്ത ഒന്ന് സംഭവിച്ചുവെന്ന മട്ടിൽ അവർ അമ്പരന്നു.

കുഞ്ഞ് നേരിയ മയക്കത്തിലാണ്.

മകളെ വിലക്കാനാവാതെ, വിലക്കാതിരിക്കാനാവാതെയും അമ്മ സന്ദേഹത്തിലായി.

കുഞ്ഞുണർന്നാലോ?

ആരെങ്കിലും കണ്ടാലോ?

കുഞ്ഞ് മുലകുടി നിറുത്തി ഉറങ്ങുകയും നിന്റെ മുലക്കണ്ണുകൾ സ്വതന്ത്രമാവുകയും ചെയ്തപ്പോൾ അമ്മ തിരക്കി.

“മുല ചുരത്തിയതെന്താണ്? എന്നു മുതലാണ്?”

നീ ഒന്നും മിണ്ടിയില്ല. നിന്നെ പൊതിഞ്ഞുനിന്ന ഗംഭീരമായ നിശ്ശ

ബ്ദതയെ മുറിച്ച് ഉള്ളിലേക്ക് കടക്കാൻ അമ്മയ്ക്ക് കഴിഞ്ഞതുമില്ല. ക്ഷോഭവും ദു:ഖവും ഉള്ളിലൊതുക്കി അമ്മ നിന്നു.

നിങ്ങളുടെ വീട്ടിനുള്ളിലായി മാത്രം ആ രഹസ്യം ഒതുങ്ങി.

ഒരു പെണ്ണിന്റെ മുലയിൽ വെറുതെ മുലപ്പാലൂറുകയില്ല. അങ്ങനെ സംഭവിക്കുമ്പോൾ അതിന് ഒരു കാരണം ആവശ്യമായി വരുന്നു.

നീയും നിന്നിൽ നിന്നൂറിയ മുലപ്പാലും കാര്യങ്ങളെയും കാരണങ്ങളെയും അവഗണിച്ച് ആ വീട്ടിനുള്ളിലെവിടെയും ഒഴുകി നിറഞ്ഞു.

അച്ഛനും അമ്മയും മകളെയോർത്ത് ആകുലരായി. മറ്റുള്ള പെൺകുട്ടികളെപ്പോലെ പാദസരക്കിലുക്കങ്ങളുമായി, ചപലസ്നേഹത്തിന്റെ വിങ്ങലുകളുമായി നീ ചിത്രശലഭമാകാത്തതിൽ അവർ ദു:ഖിച്ചു.

നീ എപ്പോഴും ചിന്തിച്ചുകൊണ്ടിരിക്കുന്നത് എന്തിനെക്കുറിച്ചാണെന്ന് അവർ പരസ്പരം ചോദിച്ചു. നിന്റെയും നന്ദനയുടേയും മുഴക്കങ്ങളുണർത്താത്ത സൗഹൃദത്തെക്കുറിച്ച് സംശയാലുക്കളായി.

“ഇവളും നന്ദനയും തമ്മിലുള്ള കൂട്ടുകെട്ടിൽ എന്തൊക്കെയോ സംശയിക്കേണ്ടതായുണ്ട്.” അമ്മ പറഞ്ഞു.

“എന്തു സംശയിക്കാൻ! അവർ തമ്മിൽ സംസാരിക്കുന്നതിനിടയിൽ വലിയ ഒച്ചയോ പൊട്ടിച്ചിരിയോ ഒന്നും കേൾക്കാറില്ലല്ലോ.” അച്ഛൻ.

“അതു തന്നെയാണ് സംശയിക്കേണ്ടത്. കൂട്ടുകാരികൾ ഒരുമിക്കുമ്പോൾ പൊട്ടിച്ചിരിക്കണം. കിലുകിലെ വർത്തമാനം പറയണം. ഇവിടെ അതൊന്നുമില്ല.” അമ്മ

“നീ ഇനി ശ്രദ്ധിച്ചാൽ മതി.”

“ദൈവമേ! എന്തൊക്കെയോ സംഭവിക്കാൻ പോകുന്നതുപോലെ.” മനസ്സിൽ തീയോടെ അമ്മ പറഞ്ഞപ്പോൾ മുലപ്പാലിന്റെ സുഗന്ധമുള്ള കാറ്റ് അമ്മയെ തഴുകി.

അതോടെ നിന്റെയും നന്ദനയുടേയും സൗഹൃദം അമ്മയുടെ അയവില്ലാത്ത നിരീക്ഷണത്തിൻ കീഴിലായി. കണ്ണുകൾക്ക് കടന്നു ചെല്ലാനാവാത്ത കാഴ്ചകളെക്കുറിച്ച് അമ്മ അറിഞ്ഞത് നിങ്ങളെ നിരീക്ഷിച്ചപ്പോഴാണ്. കേൾക്കാനാവാത്ത ശബ്ദങ്ങളെക്കുറിച്ചും തൊട്ടറിയാൻ പോലുമാവാത്ത സാന്നിദ്ധ്യങ്ങളെക്കുറിച്ചും അമ്മ ബോധവതിയായി.

പുതുബോധങ്ങളുടെ വേലിയേറ്റത്തിൽ അമ്മ തളർന്നു.

നിങ്ങളുടെ സൗഹൃദത്തെ നിരീക്ഷിക്കാൻ അച്ഛനും സ്വയം നിയുക്തനായി. പുതിയ ബോധങ്ങളുടെ വേലിയേറ്റം അച്ഛനേയും തളർത്തി.

പരിഹാരമില്ലാത്ത ഒരു പ്രഹേളികപോലെ നിങ്ങളുടെ സൗഹൃദം വളർന്ന് പെരുകുന്നത് അച്ഛനമ്മമാർക്ക് എങ്ങനെ അനുവദിക്കാനാവും? തങ്ങളുടെ മകൾ അപരിചിത ലോകങ്ങളിലെ സഞ്ചാരിയാവുന്നത് അച്ഛനമ്മമാരെ എങ്ങനെ അസ്വസ്ഥരാക്കാതിരിക്കും?

നീയും നന്ദനയും തമ്മിലുള്ള സൗഹൃദത്തിന് അവർ വിലക്കു കല്പിച്ചു. എന്താണ് ആ സൗഹൃദത്തിലെ അരുതായ്മ എന്നവർക്ക് അറിയില്ലായിരുന്നു. വിലക്കേണ്ട എന്തോ ഒന്ന് ആ സൗഹൃദത്തിലുണ്ടെന്ന

പ്രാകൃതമായ വിശ്വാസം അവരെ വിഭ്രമിപ്പിച്ചു.

നീയും നന്ദനയും പരസ്പരസാന്നിദ്ധ്യത്തിനായി കൊതിച്ചു. അമാനുഷാനുഭവങ്ങളുടെ നീലിമ നിങ്ങൾക്കായി കാത്തുനില്ക്കുന്നുണ്ടായിരുന്നു.

അടച്ചിട്ട വാതിലുകൾ നിങ്ങൾക്കായി തുറക്കപ്പെട്ടു. കാറ്റിന്റെ ഒഴുക്കിൽ അപ്പൂപ്പൻതാടിപോലെ ജാലകയഴികൾക്കിടയിലൂടെ നിങ്ങൾ ആകാശത്തിലേക്കുയർന്നു. ചിലപ്പോൾ പുഴയോരത്ത്, ചിലപ്പോൾ മരത്തണലിൽ, നിലാവിന്റെ ചിറകുകളിൽ, മേഘശിഖരങ്ങളിൽ, എവിടെയൊക്കെയോവച്ച് നിങ്ങൾ കണ്ടുമുട്ടി. പുഴയും ജലവും ഒഴുക്കുമായി നിങ്ങൾ കൂടിക്കലർന്നു.

“എവിടെയോ വച്ച് അവർ ഇപ്പോഴും കാണുന്നുണ്ട്. തീർച്ച.” അമ്മ.

“അതെങ്ങനെ വാതിൽ പൂട്ടിയിട്ടിരിക്കുകയല്ലേ?” അച്ഛൻ.

“എനിക്കറിയാം അവളും നന്ദനയും തമ്മിൽ കാണുന്നുണ്ട്. അവളുടെ മുറിയിൽ ഞാൻ ഇന്ന് രാവിലെ ഒരു ഓറഞ്ച് കണ്ടു. ഈ വീട്ടിലാണെങ്കിൽ ഓറഞ്ച് വാങ്ങിയിട്ട് മാസങ്ങളായി. അവൾ പൂട്ടിയിട്ട മുറിയിലുമാണ്. നിനക്ക് എവിടെനിന്ന് ഈ ഓറഞ്ച് കിട്ടിയെന്ന് ഞാൻ ചോദിച്ചു. നന്ദന തന്നതാണെന്ന് അവൾ സങ്കോചമെന്യേ മറുപടി പറഞ്ഞു. നന്ദന ഇവിടെ വന്നിരുന്നോയെന്ന് ഞാൻ വീണ്ടും ചോദിച്ചു. അല്ല. ഞാനാണ് അവിടെ പോയത് എന്നായിരുന്നു അവളുടെ മറുപടി. ഇവിടെ പൂട്ടിയിട്ടിരിക്കുകയല്ലേ നീയെങ്ങനെ പോകുമെന്നായി ഞാൻ. മറുപടിയായി അവൾ വെറുതെ ചിരിക്കുക മാത്രം ചെയ്തു. ദേഷ്യംകൊണ്ട് ഞാൻ അടിമുടി വിറച്ചു. അവളെ പൊതിരെ തല്ലി. അവൾ കരഞ്ഞില്ല. നിശ്ശബ്ദയായി ഇരുന്നു. പെട്ടെന്ന് ഓറഞ്ചിന്റെ മണം എനിക്ക് ചുറ്റും നിറഞ്ഞു. എന്റെ ബോധം ആ മണത്തിൽ മൂർച്ഛിച്ചു വീണു!”

അച്ഛനെയുംഅമ്മയെയും ഒരുപോലെ നടുക്കിയ ആ സംഭവത്തിനുശേഷം അസാധാരണമായ ഇത്തരം നിരവധി സംഭവങ്ങൾ നടന്നത് നീ ഓർക്കുന്നുണ്ടാവുമല്ലോ? എങ്കിലും അതൊക്കെ വീട്ടിനുള്ളിൽ ഒതുങ്ങുന്ന രഹസ്യങ്ങളായി മാത്രം അവസാനിച്ചു. പ്രതിരോധിക്കാനാവാത്ത ഒന്നെന്ന വസ്തുത അംഗീകരിച്ച് നിങ്ങളുടെ സൗഹൃദത്തെ മറ്റുള്ളവർ അവഗണിച്ചു.

മുലപ്പാലിന്റെ ഭൂപടം ക്രമേണ വീട്ടിനുള്ളിൽനിന്ന് വെളിയിലേക്ക് പടരുകയായി.

നീ ഡിഗ്രി ആദ്യവർഷത്തിന് പഠിക്കുകയായിരുന്നു. മലഞ്ചെരിവിലെ കോളേജിൽ നിറയെ പൂമരങ്ങളുണ്ടായിരുന്നു. ഇടനാഴികളിലെ കാറ്റിൽ അനേകകാലമായി ആവർത്തിക്കുന്ന പാഠങ്ങളുടെ സാന്നിദ്ധ്യമുണ്ടായിരുന്നു. വെയിലിന്റെ വിശാലമായ പുറംലോകമുണ്ടായിരുന്നു.

കോളേജിലെ തിരഞ്ഞെടുപ്പ്, തുടർന്നുണ്ടായ സംഘർഷങ്ങൾ,. ഇതിന്റെയൊക്കെ അവസാനം നിന്റെ ക്ലാസിൽ പഠിക്കുന്ന ബിജോയി എന്ന കുട്ടി അടിയേറ്റതിന്റെ മുറിവും അപമാനവുമായി ഒരു ഒഴിഞ്ഞ

ക്ലാസ് മുറിയിലിരുന്ന് വിതുമ്പിക്കരയുകയായിരുന്നു. അവനോടൊപ്പം ഒരൊറ്റ കൂട്ടുകാരൻപോലും ഇല്ലായിരുന്നു. സംഘർഷത്തിനിടയിൽ ഏവരും ചിതറിപ്പോയിരുന്നു. ക്ലാസ്മുറിയിൽനിന്ന് പുറത്തിറങ്ങിയാൽ ഇട നാഴിയിലെ സംഘർഷത്തിൽ വീണ്ടും മർദ്ദനമേല്ക്കേണ്ടിവരുമെന്ന് ബിജോയി ഭയന്നു. തിരഞ്ഞെടുപ്പിൽ തോറ്റതിന്റെ വിഷമവും ബിജോ യിക്കുണ്ടായിരുന്നു. ഭയം കൊണ്ടാവാം ബിജോയി ചെറുതായി വിറയ്ക്കുന്നുണ്ടായിരുന്നു.

കരുണേ! നീ ഇടനാഴിയിലൂടെ നടന്നുപോകുകയായിരുന്നു. ഉജ്ജ്വല പ്രഭ ചിതറി നില്ക്കുന്ന ഒരു അപൂർവ്വദൃശ്യമെന്നപോലെ, ഒറ്റപ്പെട്ടവനും ദു:ഖിതനുമായ ബിജോയിയെ ക്ലാസ്മുറിക്കുള്ളിൽ നീ കണ്ടെടുത്തു. ഒരു മിന്നൽപ്പിണർ നിന്നെ വിജൃംഭിതയാക്കി. അനന്തമായ കരുണയുടെ ആഴ മേറിയ പ്രശാന്തത നിന്നിൽ നിറഞ്ഞു.

മുറിക്കുള്ളിൽ കടന്നുചെന്ന് നീ ബിജോയിയെ ആർദ്രതയോടെ സ്പർശിച്ചു. സ്നേഹത്തിന്റെ ചൂടും നനവുമുള്ള നിന്റെ സ്പർശത്തി ലേക്ക് ബിജോയി ഉണർന്നു.

ക്ലാസ്മുറിയുടെ മൂലയിൽ ഒടിഞ്ഞ ഡെസ്ക്കും ബെഞ്ചും കൂട്ടിയി ട്ടിരിക്കുന്നിടത്തേക്ക് നീ അവനെ നയിച്ചു. പൊടിയും ചിലന്തിവലയും നിഴ ലുകളുമൊക്കെ നിനക്കും ബിജോയിക്കുമായി ഒരു വള്ളിക്കുടിലൊരുക്കി.

നീ ബിജോയിയുടെ മുറിവുകളെ സ്പർശിച്ചു. മുലപ്പാൽകൊണ്ട് ആ മുറിവുകളെ നനച്ചു. അവന്റെ ദു:ഖങ്ങളെ ഉറക്കി. അവന്റെ ഏകാന്തത യിൽ വർഷപാതമായി.

മുറി പൂട്ടാൻ വന്ന ശിപായിക്ക്, നിന്റെ മുലപ്പാലുണ്ടുറങ്ങുന്ന അവനും തളർന്നു മയങ്ങുന്ന നീയും നിങ്ങളുടെ നഗ്നതയും കാഴ്ചയും കൗതുകവുമായി.

വലിയ കൊടുങ്കാറ്റായി മാറിയ ആ സംഭവത്തോടെ നിന്റെ കോളേജ് ജീവിതം അവസാനിച്ചു. നീയും നന്ദനയും തമ്മിലുള്ളതുപോലെ ദൃഢ മായ മറ്റൊരു സൗഹൃദം നിനക്കും ബിജോയിക്കുമിടയിൽ സ്ഥാപിതമായി.

ഒരു വീട്ടിനുള്ളിലെ രഹസ്യം എന്നതിലപ്പുറം നിന്നിലെ വിസ്മയ ങ്ങൾ വളർന്നു. ഒരു സമൂഹത്തിന്റെ ബോധത്തിലും സ്മൃതികളിലും നീ ചില അടയാളങ്ങൾ വീഴ്ത്തുകയായിരുന്നു.

സമൂഹത്തിന് അതിന്മേൽ പുതുമുദ്രകൾ പതിയുന്നത് ഇഷ്ടമാവു കയില്ല. നീയും മുലപ്പാലും ബിജോയിയും നന്ദനയുമൊക്കെ സാമൂഹ്യ വിചാരണയ്ക്ക് വിധേയരായി.

നിനക്കും നന്ദനയ്ക്കും ബിജോയിക്കുമിടയിലെ സൗഹൃദം ഈ പ്രതി കൂലാവസ്ഥയിൽ കൂടുതൽ ബലിഷ്ഠമായി.

വീട്ടിൽ നിന്നും നീ പുറത്താക്കപ്പെട്ടു.

സമൂഹത്തിൽ നിന്നും നിങ്ങൾ മൂവരും ബഹിഷ്കൃതരായി.

എങ്കിലും നിങ്ങൾ സമൂഹത്തിനുള്ളിൽ തന്നെയായിരുന്നു. മുൻപ ത്തേക്കാൾ കൂടുതലായി സമൂഹത്തിനുള്ളിൽ എന്നു വേണമെങ്കിലും

പറയാം.

സ്നേഹത്തിന്റെ വീഥിയും വെളിച്ചവുമായി നിങ്ങൾ മൂവരും പുഴയോരത്തെ മരച്ചുവട്ടിൽ സ്വയം പ്രതിഷ്ഠിതരായി. അവഗണനയുടെയും ദുരിതത്തിന്റെയും പട്ടിണിയുടെയും ദിവസങ്ങളിൽ പുഴ ആശ്വാസം പകർന്നു. മാമരം കാറ്റും തണലും നല്കി. പക്ഷികൾ പാടി. സൂര്യചന്ദ്രന്മാർ വെളിച്ചം ചൊരിഞ്ഞു.

ക്രമേണ രോഗികളും അഗതികളും വൃദ്ധരും അവശരും നിന്നെ തേടിയെത്തി. നീ മുലപ്പാൽ പകർന്നു. സ്നേഹം പകർന്നു. ദു:ഖങ്ങൾ ഒപ്പിമാറ്റി. രോഗത്തെയും വേദനയെയും അനാഥത്വത്തെയേയും ഇല്ലാതാക്കി.

ഈ ലോകത്തിലേവരും അനാഥരെന്ന വചനം ഓർമ്മിപ്പിക്കുന്നവിധം നിനക്കു മുന്നിൽ ആളുകൾ പെരുകി. നിനക്കു ചുറ്റും അവർ മന്ദിരങ്ങൾ പണിതു. നീ പ്രാർത്ഥനകളുടെയും ദീപാവലികളുടെയും പ്രഭാവലയമായി. നീ മുലപ്പാൽ പകർന്നുകൊണ്ടിരുന്നു. ആശ്വാസം ചൊരിഞ്ഞുകൊണ്ടിരുന്നു.

നിന്നിൽനിന്നും മുലപ്പാൽ നുകർന്നവർ, വേഗത്തിലോടുന്ന വണ്ടികളിൽ നഗരഹൃദയം പിളർന്ന് പാഞ്ഞുപോയി. അവർ മുലപ്പാലിന്റെ രുചി മറന്നിരിക്കാം.

രാത്രിയുടെ ഇരുണ്ട ഗലികളിൽ പുഴുക്കൾ നുരഞ്ഞു. തെളിനീർപ്പുഴ ക്രമേണ വരണ്ടു. കുട്ടികൾ സ്വയം വാർദ്ധക്യത്തിലേക്ക് സന്ധിചെയ്ത് നിശ്ശബ്ദരായി.

ഇതൊക്കെ നിന്നെ ദുഃഖിപ്പിച്ചു.

ഒരുനാൾ, മറ്റുള്ളവർ നിങ്ങൾക്കായി പണിതുയർത്തിയ മന്ദിരത്തിൽനിന്നും നീ കൂട്ടുകാരുമൊത്ത് അപ്രത്യക്ഷയായി.

നിങ്ങൾ ഏതാന്തതയുടെ ഗംഭീരതയിൽ നിമഗ്നരായി. പുഴയുടെ ഉറവയിലേക്ക് നിങ്ങൾ യാത്രയായി. ഏതോ മഗ്ദലനമറിയമാർ മാത്രം ഇതിനൊക്കെ സാക്ഷ്യം വഹിച്ചു.

തുടർന്നുള്ള പ്രഭാതത്തിൽ വരണ്ടുണങ്ങിപ്പോയ പുഴ വീണ്ടും പാൽപ്പുഴയായി നിറഞ്ഞൊഴുകുന്നത് ഞങ്ങളേവരും കണ്ടു. ആ നദിയുടെ നന്മകളിലേക്ക് ഞങ്ങൾ പ്രവേശിച്ചു. പാൽപ്പുഴയെ കുടിച്ചുവറ്റിക്കാനുള്ള ആർത്തി ഞങ്ങൾക്കുണ്ടായിരുന്നു.

കാലം മുന്നോട്ടുനീങ്ങി. പിന്നെയും മലിനവും നിശബ്ദവുമാക്കപ്പെട്ട പുഴയ്ക്കു മുന്നിൽ ഞാൻ നില്ക്കുയാണ്. പുഴയുടെ മണലിൽ ചവിട്ടി പ്രഭാതത്തിലേക്ക് നോക്കിനില്ക്കുന്ന കുട്ടികളെ ഞാൻ കാണുന്നു. അവരിലൊരുവളുടെ മൂക്കുത്തിയിൽ സൂര്യവെളിച്ചത്തിന്റെ ഒരു ശിഖരമുണ്ട്.

സാനിയ

തീവണ്ടിയിൽ സഞ്ചരിക്കുമ്പോഴായിരുന്നു ഞാൻ അയാളെ പരിചയപ്പെട്ടത്.

തലമുടി ഡൈ ചെയ്ത ഒരു മദ്ധ്യവയസ്കനായിരുന്നു അയാൾ. കട്ടിക്കണ്ണടയും വസ്ത്രധാരണത്തിലും പെരുമാറ്റത്തിലുമുള്ള മാന്യതയുമൊക്കെ അയാൾ തരക്കേടില്ലാത്ത പദവിയിലുള്ള ഒരു ഉദ്യോഗസ്ഥനാണെന്ന് തോന്നിപ്പിച്ചു.

തീവണ്ടിയിൽ തനിയെ സഞ്ചരിച്ച് എനിക്കത്ര പരിചയമൊന്നുമില്ല. ആദ്യവർഷ എൻജിനീയറിങ്ങിന് പഠിക്കുകയാണ് ഞാൻ.

കണ്ണൂരിൽ നിന്നാണ് ഞാൻ തീവണ്ടിയിൽ കയറിയത്. പക്ഷേ, എനിക്ക് അനുവദിക്കപ്പെട്ടിരുന്ന സീറ്റിലേക്ക് ചെന്നത് കോഴിക്കോട് എത്തിയപ്പോൾ മാത്രമാണ്. മറ്റൊരു ബോഗിയിൽ കൂട്ടുകാരുമൊത്ത് സമയം കൊല്ലുകയായിരുന്നു അത്രനേരവും.

എന്റെ കൂട്ടുകാരെല്ലാം ഒരേ ബോഗിയിൽ. ഞാൻ മാത്രം ഇവിടെ!

ചെന്നപാടെ ഞാൻ ഏറ്റവും മുകളിലുള്ള എന്റെ ബർത്തിൽ കയറിക്കിടന്നു. കഷ്ടിച്ച് ഒരുമിനിട്ട് ആയിക്കാണും. ഒരു മനുഷ്യൻ എന്നെ തട്ടിവിളിച്ചു.

"ഈ ബർത്ത് ടി ടി ഇ എനിക്ക് അലോട്ട് ചെയ്തതാണ്." അയാൾ പറഞ്ഞു.

പ്രതിരോധത്തിനൊന്നും ഒരുങ്ങാതെ ഞാൻ താഴേക്കിറങ്ങി.

അപ്പോൾ തലമുടി ഡൈ ചെയ്ത ആ മദ്ധ്യവയസ്ക്കൻ ലോവർ ബർത്തിലിരുന്ന് ഒരു മാസികയിലെ 'സാനിയ മാനിയ' എന്ന ലേഖനം വായിക്കുകയായിരുന്നു.

ഒരു പ്രതിരോധവും കൂടാതെ ഞാൻ താഴേക്കിറങ്ങിയതുമായി പൊരുത്തപ്പെടാൻ തെല്ലു വിഷമിച്ചുകൊണ്ട് ചെറുചിരിയോടെ എന്നെ തട്ടിവി

ളിച്ച മനുഷ്യൻ പറഞ്ഞു.

"സോറി ഈ ബർത്ത് ടി ടി ഇ എനിക്ക് അലോട്ട് ചെയ്തതാണ്."

"പക്ഷേ, എന്റെ ടിക്കറ്റിൽ...." പ്രായമുള്ളവരുമായി സംസാരിക്കുമ്പോൾ എനിക്ക് സാധാരണയായി സംഭവിക്കാറുള്ള ഒരുതരം വിറയൽ എന്റെ ശബ്ദത്തെ പിടികൂടി. ഞാൻ പരുങ്ങി.

അയാൾ എന്നെ ശ്രദ്ധിക്കാത്തമട്ടിൽ മുകൾ ബർത്തിലേക്ക് കയറാൻ തുടങ്ങവെ നിസ്സഹായനായി ഞാൻ പറഞ്ഞു. "അങ്കിൾ! എനിക്ക് തിരുവനന്തപുരം വരെ പോകാനുള്ളതാണ്...."

ഇതിനിടെ 'സാനിയ മാനിയ' വായിച്ചുകൊണ്ടിരുന്നയാൾ മാസിക മടക്കി ഞങ്ങളുടെ സംഭാഷണത്തിലേക്ക് മുഖമുയർത്തി.

അപ്പോൾ സാനിയയുടെ കവർചിത്രം എന്നെ നോക്കിനില്ക്കുകയായിരുന്നു.

ഞാൻ വലിയ സ്പോർട്സ് പ്രേമിയൊന്നുമല്ലെങ്കിലും സാനിയയെ എനിക്കിഷ്ടമാണ്. ഇന്ത്യയിൽ ആർക്കാണ് സാനിയയെ അറിയാനോ സ്നേഹിക്കാനോ കഴിയാതിരിക്കുക! പത്രത്തിൽ, ടി വിയിൽ, പരസ്യങ്ങളിൽ എല്ലായിടത്തും സാനിയയുടെ അർദ്ധനഗ്നമായ ശരീരമാണ്. വെളിച്ചവും നിഴലും വടിവൊത്ത സ്വപ്നങ്ങൾ ചമയ്ക്കുന്ന സാനിയയുടെ ശരീരം.

'സാനിയ മാനിയ.'

കഴിഞ്ഞ രാത്രിയിൽ ഞാൻ സാനിയയെ സ്വപ്നം കാണുക പോലും ചെയ്തു എന്നതാണ് യാഥാർത്ഥ്യം.

സ്വപ്നത്തിൽ വയലറ്റ് നിറത്തിലുള്ള പരവതാനി വിരിച്ച ടെന്നിസ് കോർട്ടിൽ സാനിയ ടെന്നീസ് കളിക്കുകയായിരുന്നു. വലിയ വോൾട്ടേജ് വെളിച്ചം വിതറുന്ന ഹാലജൻ ലാമ്പുകളിൽ നിന്ന് വെളിച്ചത്തിന്റെ തിരകൾ കോർട്ടിലൂടെ വീശിക്കൊണ്ടേയിരുന്നു. കോർട്ടിലെ വെളിച്ചത്തിലൂടെ ചിത്രശലഭങ്ങൾ അലസമായി പറക്കുന്നുണ്ടായിരുന്നു. സാനിയ കളിച്ചുകൊണ്ടിരുന്നു. അവളുടെ വസ്ത്രങ്ങൾക്കിടയിലൂടെ വയർ, പൊക്കിൾ, മുലയുടെ ശില്പഭംഗി, കടഞ്ഞെടുത്ത തുടകൾ, ഇങ്ങനെ ഓരോന്നും വെളിച്ചത്തിൽ തിളങ്ങി. ഞാൻ കളികാണുകയായിരുന്നു. ഇല്ലെങ്കിൽ സാനിയയെ കാണുകയായിരുന്നു.

കോർട്ടിന്റെ എതിർവശത്തെ കളിക്കാരി എപ്പോഴും ഇരുട്ടിലായിരുന്നു. അവിടെ ചിത്രശലഭങ്ങളോ സംഗീതമോ ഇല്ലായിരുന്നു.

മനോഹരമായ ഒരു സ്വപ്നമായിരുന്നു അത്.

മറ്റൊരു സ്വപ്നത്തിൽ സാനിയ നൃത്തം ചവിട്ടുകയായിരുന്നു. മെറ്റമോർഫോസിസിലെ ഗ്രിഗർ സാംസ എന്ന വിശ്രുത കഥാപാത്രം ശലഭപ്പുഴുവായി സ്റ്റേജിന്റെ മൂലയിലേക്ക് ഇഴഞ്ഞുചെന്നു. സാനിയയുടെ സഹോദരനാണ് ശലഭപ്പുഴുവായി വന്നതെന്ന് എനിക്ക് മനസ്സിലായി. മാറിമാറിവരുന്ന വെളിച്ചത്തിനിടയിലും സാനിയയുടെ മുഖം രൗദ്രമാകുന്നത് ഞാൻ കണ്ടു.

ഒരു നിമിഷം നൃത്തവും വെളിച്ചവും നിശ്ചലമായി. സാനിയ ചിലങ്കയൂരി ഗ്രിഗർ സാംസയുടെ നേർക്ക് ക്രോധത്തോടെ എറിഞ്ഞു. ഗ്രിഗർ സാംസയുടെ ജീവിതം ചിലങ്കയുടെ ചിരിക്കൊപ്പം ദീനമായ ഒരു കരച്ചിലോടെ അവസാനിച്ചു.

വേദിയിലെ വെളിച്ചവും സാനിയയുടെ നൃത്തവും ആഹ്ലാദാരവവുമൊക്കെ മടങ്ങിയെത്തി. അപ്പോൾ സ്റ്റേജിന്റെ ഇടതു പാർശ്വത്തിൽ പ്രസിദ്ധ കഥാകാരി മാധവിക്കുട്ടി പ്രത്യക്ഷയായി. കടുത്ത വർണ്ണത്തിലുള്ള വസ്ത്രങ്ങളാലും പൂക്കളാലും അവർ അലംകൃതയായിരുന്നു.

മാധവിക്കുട്ടി മധുരശബ്ദത്തിൽ പറഞ്ഞു.

"കൊട്ടാരം നർത്തകിയാണ് ഞാൻ. പഴയ നർത്തകി. ഇനി ഞാൻ നൃത്തം നിർത്തിവയ്ക്കുന്നു. എന്റെ ചിലങ്ക ഞാൻ സാനിയയ്ക്ക് എറിഞ്ഞുകൊടുക്കുന്നു."

വേദിയുടെ വർണ്ണ പ്രളയത്തിലൂടെ മാധവിക്കുട്ടിയുടെ ചിലങ്ക പറന്നുചെന്ന് സാനിയയുടെ പാദങ്ങളിൽ പടർന്നു. ചിലങ്കയുടെ ശബ്ദവും സാനിയയുടെ നൃത്തവും വേദിയിലെ വർണ്ണങ്ങളും ആഹ്ലാദാരവങ്ങളും ഉന്മാദത്തിന്റെ പുതിയ ഉയരങ്ങൾ തേടി.

"കുട്ടീ! നീ എന്തു ചെയ്യുകയാണ്? നിന്റെ സീറ്റ് മറ്റൊരാൾക്ക് കൊടുക്കാൻ ടി ടി ഇയ്ക്ക് എന്തധികാരം? തിരുവനന്തപുരം വരെ ബർത്തില്ലാതെ യാത്ര ചെയ്യുക അത്ര എളുപ്പമല്ല." തലമുടി ഡൈ ചെയ്ത മദ്ധ്യവയസ്കൻ പറഞ്ഞു.

ടി ടി ഇ എവിടെയാണ്? അയാളോട് പ്രതിഷേധമറിയിക്കുന്നതെങ്ങനെയാണ്? ഇങ്ങനെ ഓരോന്നും ചിന്തിക്കുന്നതിനിടയിൽ ടി ടി ഇ പ്രത്യക്ഷപ്പെട്ടു.

"ഒരാൾ തീവണ്ടിയിൽ കയറിയാൽ ആദ്യമായി ചെയ്യേണ്ടതെന്താണ്? ബർത്ത് കണ്ണൂരിൽനിന്നും അലോട്ട് ചെയ്തിട്ടുണ്ട്. എന്നാൽ ഇയാൾ തീവണ്ടിയിലൊരിടത്തും ഇല്ലായിരുന്നു. ഇപ്പോൾ കോഴിക്കോട്ടെത്തിയപ്പോൾ വന്നിരിക്കുന്നു!"

"ഞാൻ അടുത്ത ബോഗിയിലുണ്ടായിരുന്നു."

"അതൊന്നും എനിക്കറിയില്ല. വരേണ്ട സമയത്ത് വരാത്തവർക്കായി റെയിൽവേ കാത്തിരിക്കുകയില്ല."

"സാർ, എനിക്കു തെറ്റു പറ്റി .ഞാൻ എന്താണ് ചെയ്യേണ്ടത്.?"

"തെറ്റു ചെയ്തവർ അതിന്റെ ഫലം അനുഭവിക്കണം." ഒരു തത്ത്വചിന്തകനെപ്പോലെ ടി ടി ഇ ഭാവിച്ചു.

ഞാൻ ഒന്നും മിണ്ടാതെ നിന്നു. ഒരു കുറ്റവാളിയാണ് ഞാനെന്ന ഭീതിദമായ അറിവ് എന്നെ തളർത്തി.

മദ്ധ്യവയസ്കൻ ചോദിച്ചു, "കുട്ടീ നീ എന്തിനാണ് വിഷമിക്കുന്നത്? നിനക്ക് റിസർവ്വ് ചെയ്ത ബർത്തിൽ നീ കിടന്നുറങ്ങുകയായിരുന്നു. ഒരാൾ നിന്നെ പിടിച്ചിറക്കിയശേഷം അവിടെ കയറിക്കിടന്നിരിക്കുന്നു. അതിന് ടി ടി ഇ കൂട്ടുനില്ക്കുന്നു."

മുകളിലത്തെ ബർത്തിലെ മനുഷ്യൻ പറഞ്ഞു. "ഈ ബർത്ത് ടി ടി ഇ എനിക്ക് അലോട്ട് ചെയ്തതാണ്."

"യഥാർത്ഥത്തിൽ നിങ്ങളും ടി ടി ഇയും ഒരുപോലെ കുറ്റക്കാരാണ്." ശബ്ദമുയർത്തി മദ്ധ്യവയസ്കൻ പറഞ്ഞു.

അന്തരീക്ഷം ചൂടുപിടിക്കുന്നതിനിടയിൽ മദ്ധ്യവയസ്കനെ പിൻതാങ്ങികൊണ്ട് മറ്റൊരാൾ തിരക്കിനിടയിലൂടെ വേഗത്തിൽ എത്തി. അയാൾ ടി ടി ഇയോട് പറഞ്ഞു. "തെറ്റ് ചെയ്തത് ആ കുട്ടിയല്ല. അവന് സീറ്റ് കൊടുത്തേ പറ്റു."

"ഇതൊക്കെ പറയാൻ നിങ്ങളാരാണ്?" ടി ടി ഇ ചോദിച്ചു.

"നീതിക്ക് നിരക്കാത്ത പ്രശ്നങ്ങളിൽ പ്രതികരിക്കുക. എന്റെ സ്വഭാവമാണ്." അയാൾ പറഞ്ഞു.

ഞൻ ഈ കൂട്ടക്കുഴപ്പത്തിൽ ആകെ വിഷമത്തിലായി. തീവണ്ടി അടുത്ത സ്റ്റേഷനിൽ നില്ക്കുമ്പോൾ ടി ടി ഇ എന്നെ പുറത്തേക്കിറക്കുമെന്ന് ഞാൻ ഭയന്നു.

മദ്ധ്യവയസ്കൻ എന്റെ തോളിൽത്തട്ടി ആശ്വസിപ്പിച്ചു. "കുട്ടി പതറരുത്. നിനക്ക് റിസർവ്വ് ചെയ്ത ബർത്ത് കിട്ടുകതന്നെ വേണം. അതിന് നിന്നോടൊപ്പം ഞങ്ങളും സഹായിക്കാനുണ്ട്."

"അങ്കിൾ ഞാൻ വഴക്കിനൊന്നുമില്ല. എനിക്ക് ബർത്ത് വേണമെന്നില്ല. ഈ ബോഗിയിൽ സഞ്ചരിക്കാൻ സമ്മതിച്ചാൽ മതി." ഞാൻ ശബ്ദം താഴ്ത്തി പറഞ്ഞു.

ടി ടി ഇ എന്നോട് ചോദിച്ചു. "നീ എന്തു ചെയ്യുകയാണ്? എന്തിന് പഠിക്കുന്നു?"

"എഞ്ചിനീയറിങ്ങിന് ആദ്യവർഷം."

"എഞ്ചിനീയറിങ്ങിനൊക്കെ പഠിക്കുന്നവർ ബുദ്ധിമാന്മാരെന്നാണ് ഞാൻ കേട്ടിട്ടുള്ളത്.പക്ഷേ, നിന്റെ കാര്യത്തിൽ എന്താണ് പറ്റിയത്?" ഞാൻ ക്ഷമയോടെ അയാളുടെ പരിഹാസം കേട്ടുനിന്നു.

"ഒരാൾ തീവണ്ടിയിൽ കയറിയാൽ ആദ്യമായി ചെയ്യേണ്ടതെന്താണ്? പ്രൊഫഷണൽ കോഴ്സിനു പഠിക്കുന്ന നീ അതു മനസ്സിലാക്കിയില്ല എന്നതിൽ എനിക്ക് അതിശയം തോന്നുന്നു."

"നിങ്ങൾ ആവശ്യമില്ലാത്ത കാര്യങ്ങൾ ചോദിച്ച് കുട്ടിയെ വിരട്ടുകയാണ്." മദ്ധ്യവയസ്കൻ ഉറച്ച ശബ്ദത്തിൽ ടി ടി ഇയോട് പറഞ്ഞു.

"എന്നെ ഡ്യൂട്ടിയിൽ തടസ്സപ്പെടുത്തരുത്. നോക്കട്ടെ! ഞാൻ അവന്റെ കാര്യം ശരിയാക്കിക്കൊള്ളാം. എനിക്കാരുടെയും വക്കാലത്ത് ആവശ്യമില്ല."

കുറച്ചുസമയത്തെ ഇടവേളയ്ക്കുശേഷം ടി ടി ഇ എന്നെ ബോഗിയുടെ അറ്റത്തേക്ക് വിളിച്ചുകൊണ്ട് പോയി.

"നിനക്ക് ഇവിടെ ഒരു ബർത്ത് ശരിയാക്കിയിട്ടുണ്ട്."

"താങ്ക് യൂ സാർ!"

"എന്ത് താങ്ക് യൂ? നീ എഞ്ചിനീയറിങ്ങിന് പഠിക്കുന്ന ഒരു കുട്ടി

യാണ്. എന്നാൽ ട്രെയിനിൽ സഞ്ചരിക്കുമ്പോൾ അറിയേണ്ടുന്ന കാര്യങ്ങൾ അറിയില്ല. ഇനിമേലിൽ ഇങ്ങനെയൊന്നും ചെയ്യരുത്." ഒരു താക്കീതെന്നപോലെ അങ്ങനെ പറഞ്ഞിട്ട് അയാൾ നടന്നുപോയി.

എനിക്കനുവദിക്കപ്പെട്ട ബർത്തിനു സമീപമുള്ള മറ്റു യാത്രക്കാർ ഉറക്കമായിരുന്നു. മങ്ങിയ വെളിച്ചമുള്ള ഉറക്കവിളക്കുകളൊഴിച്ചുള്ളവയൊക്കെ അണച്ചുകഴിഞ്ഞിരുന്നു. മറ്റുള്ളവരെ ശല്യപ്പെടുത്താതെ ഞാൻ ബർത്തിലേക്കു കയറി.

അവിടെയിരുന്ന് നേരിയ വെളിച്ചത്തിലുറങ്ങിക്കിടക്കുന്ന സഹയാത്രികരിലേക്ക് അരുതാത്ത ഒന്ന് ചെയ്യുന്ന മട്ടിൽ പതുങ്ങിയും പരുങ്ങലോടേയും ഞാൻ നോക്കി. ഉറങ്ങിക്കിടക്കുന്നവരിൽ ഒരാൾ സാനിയ ആയിരുന്നു. ഉറക്കവെളിച്ചത്തിൽ അവളുടെ മുഖത്തെ വൈരത്തിളക്കം അജ്ഞാതമായ ഒരു സന്ദേശം പോലെ എന്നെ വലയം ചെയ്തു.

അടുത്ത സ്റ്റേഷനിൽ വണ്ടി നിർത്തിയപ്പോൾ ബോഗിക്കുള്ളിലെ അരണ്ട വെളിച്ചത്തിൽ പലതും തെളിഞ്ഞു. തിരക്കിനിടയിലൂടെ ഒരു കൂട്ടം പെൺകുട്ടികൾ അവർക്ക് സഹജമായ കിലുക്കങ്ങളോടെയും പ്രസരിപ്പോടെയും ബോഗിക്കുള്ളിലേക്ക് കടന്നുവന്നു.

എന്റെ ബർത്തിലിരുന്ന് ഞാൻ കണ്ടു. ഒന്നും രണ്ടുമല്ല. നിരവധി വൈരക്കൽ തിളക്കങ്ങൾ! നിരവധി സാനിയമിർസമാർ! ഇവരെയൊക്കെ ഈ തീവണ്ടി എങ്ങനെ ഉൾക്കൊള്ളാനാണ്!

എനിക്കുറക്കം വന്നില്ല. മങ്ങിയ വെളിച്ചത്തിൽ തീവണ്ടിക്കുള്ളിൽ ഒരു ബഹിരാകാശസഞ്ചാരിയുടെ ഭാരമില്ലായ്മയോടെ ഞാൻ തങ്ങി നില്ക്കുന്നതുപോലെ. എനിക്കു ചുറ്റും വൈരക്കല്ലുകളിൽ നിന്നുതിരുന്ന സന്ദേശങ്ങൾ ഒഴുകിനടക്കുന്നതുപോലെ!

ഉറക്കംവരാതെ കുറച്ചുനേരം അങ്ങനെ കിടന്നശേഷം ഞാൻ താഴേക്കിറങ്ങി. എനിക്കാദ്യം അനുവദിക്കപ്പെട്ടിരുന്ന സീറ്റിലേക്ക് വെറുതെയൊന്നു നടന്നു.

അവിടെ വിളക്കുകൾ അണഞ്ഞിരുന്നില്ല. സാനിയയുടെ കവർചിത്രമുള്ള മാസിക മദ്ധ്യവയസ്കന്റെ സീറ്റിൽ കിടന്നിരുന്നു. മദ്ധ്യവയസ്കന്റെ തൊട്ടരുകിൽ, തൊട്ടരുകിലെന്ന് എന്തിന് പറയണം, മടിയിൽത്തന്നെ വൈരക്കൽത്തിളക്കവുമായി ഒരു തീക്ഷ്ണസ്വപ്നംപോലെ സാനിയ! നേർത്ത ഭീതിക്കിടയിൽ മുകളിലെ എന്റെ പഴയ ബർത്തിലെ യാത്രക്കാരനെയും മറ്റൊരു സാനിയയേയും കൂടി ഞാൻ കണ്ടു.

പിന്നെയുമുണ്ടാകണം നിരവധി സാനിയമാർ.

ഭീതി എന്നെ വലയം ചെയ്തു. ഒന്നും നോക്കുവാനോ കാണുവാനോ കരുത്തില്ലാതെ, ശബ്ദമുണ്ടാക്കാതിരിക്കാൻ ശ്രദ്ധിച്ച് ഞാൻ എന്റെ ബർത്തിലേക്ക് മടങ്ങിപ്പോയി. സൗന്ദര്യവും സ്നേഹവും പോലുള്ള കാര്യങ്ങൾ ചെറുക്കപ്പെടേണ്ടതാണെന്ന് അന്നോളം എനിക്ക് അനുഭവപ്പെട്ടിരുന്നില്ല. അവയ്ക്കായി എപ്പോഴും ജീവിതത്തിൽ വാതിലുകളും ജനാലകളുമൊക്കെ തുറന്നുകിടക്കുന്നതായാണ് ഞാൻ കണ്ടിട്ടുള്ളത്.

എന്നാൽ ആ രാത്രിയിൽ എനിക്കുചുറ്റും നിറഞ്ഞ വൈരക്കൽത്തിളക്കങ്ങൾ, എന്റെ ഉറക്കത്തിന്റെ വാതിലുകളടച്ചു. സ്വപ്നങ്ങളുടെ കാറ്റിൽ വിദൂരതയിലേക്ക് ഞാൻ ഒഴുകി. ആകാശക്കാഴ്ചകളെ മുറിച്ചുകൊണ്ട് ഇടയ്ക്കിടെ ടെന്നീസ് പന്തുകളുയർന്നു. ഗ്യാലറികളിലെ ആഹ്ലാദാരവങ്ങളും കമന്റേറ്റർമാരുടെ വിവരണങ്ങളും എനിക്ക് കേൾക്കാമായിരുന്നു. ഈ ലോകജീവിതം ഒരു നാടകമാണെന്നും മനുഷ്യരൊക്കെ നടീനടന്മാരാണെന്നും പറയാറുണ്ടല്ലോ. എന്നാൽ ലോകം ഒരു ടെന്നീസ് കോർട്ടാണെന്നും അതിൽ കളിക്കുന്നവരൊക്കെയും സുന്ദരിമാരാണെന്നും അവരൊക്കെയും വൈരക്കൽമൂക്കുത്തികൾ അണിഞ്ഞിട്ടുള്ളവരാണെന്നും തിരുത്തിപ്പറയാൻ ഞാൻ ആഗ്രഹിച്ചു.

എനിക്ക് ഈ ലോകത്ത് എന്തു സ്ഥാനമാണുള്ളത്? കാഴ്ചക്കാരന്റെയോ, കമന്റേറ്ററുടെയോ, റഫറിയുടെയോ! ഞാൻ സംശയിച്ചു. കമന്റേറ്റർ, കാഴ്ചക്കാരൻ, റഫറി എല്ലാവരും കാണികൾത്തന്നെയാണെന്ന കണ്ടെത്തലോടെ എന്റെ പുതിയ ഉപമയുടെ സ്വാരസ്യത്തിൽ ഞാൻ മുഴുകി.

ഈ ലോകം ഒരു ടെന്നീസ് കോർട്ടാണ്!

രാത്രിയിലെപ്പോഴോ ഞാൻ ഉണർന്നു. മൂത്രമൊഴിക്കാനായി ബോഗിയുടെ അറ്റത്തുള്ള ബാത്ത്റൂമിലേക്ക് നടന്നു. ബാത്ത്റൂമിന്റെ ലോഹവാതിൽ തുറന്നപ്പോൾ ഉള്ളിലാകെ തീക്ഷ്ണമായ വെളിച്ചം. വെളിച്ചത്തിന്റെ ഒരു കടൽ എന്നുതന്നെ പറയാം.

ആ തീക്ഷ്ണവെളിച്ചത്തിൽ കാക്കിയുടുപ്പിന്റെ കുടുസ്സുകൾ ഇടുന്ന ഒരു മനുഷ്യനെയും നഗ്നയും പ്രാകൃതയുമായ ഒരു പെൺകുട്ടിയെയും ഞാൻ കണ്ടു. വെളിച്ചത്തിൽ കുതിർന്ന അവൾ, തളർന്ന കണ്ണുകളോടെയും ശരീരത്തോടെയും എന്നെ നോക്കി. വൈരക്കൽ മൂക്കുത്തിയില്ലാത്ത എതോ പെണ്ണ്. സാനിയയുടെ പ്രസരിപ്പില്ല, തിളക്കമില്ല. തളർന്ന കണ്ണുകളിൽ വൈരക്കല്ലിന്റെ സ്വപ്നം അണഞ്ഞുകിടക്കുന്നു. ആ കണ്ണുകൾ കൊണ്ട് അവൾ എന്നെ നോക്കി.

ആ രാത്രിയിൽ പിന്നെ ഞാൻ ഉറങ്ങിയില്ല. ഉറക്കം വന്നില്ല. സാനിയമാരൊക്കെ ഉറങ്ങിക്കഴിഞ്ഞിരിക്കാം. വൈരക്കല്ലിന്റെ പ്രകാശവും അവൾ ഉറങ്ങുന്നതോടെ ഉറങ്ങിക്കാണും.

പുതുതായി ചിലത് എന്റെ ഉപമയ്ക്ക് വെളിയിലായി ജീവിതത്തിൽ സംഭവിക്കുന്നുണ്ടല്ലോ.

ലൈൻകോളുകൾക്കും ഗാലറികളുടെ ഉല്ലാസത്തിനും വെളിയിലേക്ക് എന്റെ മനസ്സ് വാതിലുകൾ തുറക്കാൻ ശ്രമിച്ചു. കഴിയുന്നില്ല.

ബർത്തിൽ ഉണർന്നിരിക്കുന്ന എന്നെ നോക്കി ഒരു താക്കീതെന്ന മട്ടിൽ ടി ടി ഇ പറഞ്ഞു. "എന്ത്, ഉറങ്ങിയില്ലേ? രാത്രി ഉറങ്ങാനുള്ളതാണ്. ഇനി അതും ഞാൻ പഠിപ്പിച്ചുതരണോ? എൻജിനീയറിങ്ങിന് പഠിക്കുകയാണുപോലും."

തണുത്ത കാറ്റ് വീശി. ടി ടി ഇയുടെ ശാസന ഭയന്ന് ഞാൻ കണ്ണുകളടച്ചു. ഉറങ്ങി.

കുടകിന്റെ സുന്ദരി മാഞ്ഞുപോയി

ഒന്ന്

രണ്ടായിരത്തി ഒൻപത് ജനുവരി ഒൻപതാം തീയതി മുതൽ സിന്ധു എന്ന ഇരുപത്തിരണ്ടുകാരിയെ കാണാനില്ല എന്ന പരാതി, ജനുവരി ഇരുപത്തി ഏഴാം തീയതിയാണ് പൊലീസിനു ലഭിച്ചത്.

തിരുവനന്തപുരം ടെക്നോപാർക്കിലെ പ്രശസ്തമായ ഒരു ഐ ടി സ്ഥാപനത്തിലെ സോഫ്റ്റ് വെയർ എഞ്ചിനീയറാണ് സിന്ധു. കുടകിലെ സുഖമായ തണുപ്പും പ്രകൃതിചാരുതയും വിവിധ വർണ്ണക്കളങ്ങളായ് സിന്ധുവിൽ പതിഞ്ഞുകിടക്കുന്നു. അഞ്ചടി ഒൻപതിഞ്ച് ഉയരമുണ്ടവൾക്ക്. ആരോഗ്യമുള്ള ശരീരം. പ്രസരിപ്പുള്ള മുഖം. യൗവനത്തിന്റെ ചടുലചലനങ്ങൾ. തുളുവും കന്നടയും മലയാളവുമൊക്കെ അവളിലുണ്ട്. ഒരാളുടെ കണ്ണിൽ പതിയുന്ന അവളുടെ ആദ്യദൃശ്യം തന്നെ പെട്ടെന്നു മായാനാവാത്ത ചില അടയാളങ്ങൾ വീഴ്ത്തും.

കുടകിലെ ടാക്സി ഡ്രൈവറായ സിന്ധുവിന്റെ അച്ഛനാണ് പരാതിക്കാരൻ.

“ഒരു പെൺകുട്ടിയെ കാണാതായി പതിനെട്ടു ദിവസം കഴിഞ്ഞാണോ നിങ്ങൾ പൊലീസിൽ വിവരമറിയിക്കുന്നത്? ” അവഗണന, വെറുപ്പ് പിന്നെയും അതുപോലെയുള്ള അരമുള്ള നിരവധി അരികുകളുണ്ടായിരുന്നു ഇൻസ്പെക്ടറുടെ ചോദ്യത്തിൽ.

ശൂന്യമായ ഒരു ആഴക്കിണറിലേക്കെന്നവണ്ണം ഇൻസ്പെക്ടറിലേക്ക് നോക്കിക്കൊണ്ട് പരുങ്ങലോടെ ആ പരാതിക്കാരൻ നിന്നു. അയാളുടെ മനസ്സിലൂടെ ഊർജ്ജസ്വലയായി മകൾ അപ്പോഴും നടക്കുകയായിരുന്നു.

ഉദയസൂര്യന്റെ പശ്ചാത്തലത്തിൽ ഏതോ ഉയർന്ന ആ പീഠഭൂമിയിലൂടെ അവൾ നടക്കുന്നു. ഏതാണ് ഉയർന്ന ആ പീഠഭൂമി? എങ്ങോട്ടേക്കാണ് അവൾ നടക്കുന്നത്? പ്രഭാതവ്യായാമത്തിന് അവൾ നടക്കുക

യാണെന്നും അവൾ നടക്കുന്ന അതേ മൈതാനത്തിൽ അനേകം ആളുകൾ പ്രഭാതനടത്തയിൽ ഏർപ്പെടുന്നുണ്ടെന്നും അയാൾക്ക് തോന്നി.

മറ്റൊരോർമ്മയിൽ കുടകിലെ ടിബറ്റൻ കോളനിയിൽ വിനോദസഞ്ചാരികൾക്കൊപ്പം സിന്ധു പ്രാർത്ഥന നടത്തുന്ന ദൃശ്യം അയാൾ കണ്ടു. പത്തോ പന്ത്രണ്ടോ വയസ്സുള്ള ഒരു പെൺകുട്ടിയാണവൾ. കടുത്ത ചുകന്ന നിറമുള്ള, നിറയെ ഫ്രില്ലുകൾ പിടിപ്പിച്ച ഒരു ഫ്രോക്കാണ് അവൾ അണിഞ്ഞിരുന്നത്. പിന്നീട് അയാൾ തിരിച്ചറിഞ്ഞു, വർഷങ്ങൾക്കുമുമ്പ് അയാൾ മകളുമൊത്ത് ടിബറ്റൻ കോളനിയിൽ പോയതിനെക്കുറിച്ചുള്ള ഓർമ്മകളാണ് അയാളിൽ തെളിഞ്ഞതെന്ന്. അന്നവൾ ഒരു ചുവന്ന ഫ്രോക്കാണ് അണിഞ്ഞിരുന്നതെന്നും അതിനടുത്ത ദിവസം അവൾ രജസ്വലയായെന്നും മനസ്സിൽ വിങ്ങലോടെ അയാൾ ഓർമ്മിച്ചു.

"മുതിർന്ന പെൺകുട്ടികളുടെ അച്ഛന്മാർക്ക് ചില ചുമതലകളൊക്കെയുണ്ട്. അവർ വളരുന്നത് എങ്ങോട്ടേക്കാണെന്ന് അച്ഛനമ്മമാർ അറിയണം. നിങ്ങൾ ഒന്നും അറിയുന്നില്ല. മകളെ കാണാതായി പതിനെട്ടു ദിവസം കഴിഞ്ഞാണ് നിങ്ങൾ പരാതിയുമായി വരുന്നത്."

പരാതിക്കാരനായ ആ പിതാവിന്റെ മനസ്സിൽ പെട്ടെന്ന് ഒരു മിന്നൽ വെളിച്ചം തെളിഞ്ഞു. സിന്ധു നടന്നുപോകുന്നതായി അയാൾ കണ്ട മൈതാനം മലപ്പുറത്ത് കോട്ടക്കുന്നിലെ മൈതാനമാണ്. ഏതാനും മാസങ്ങൾക്കു മുൻപ് കുടകിലെ ഒരു എസ്റ്റേറ്റുടമയുമായി മലപ്പുറത്തിനു പോയതും കോട്ടക്കുന്നിലെ മൈതാനത്തിലൂടെ പ്രഭാതയാത്ര നടത്തിയതും അയാൾ ഓർമ്മിച്ചു. അന്ന് മൈതാനത്തിലൂടെ നടക്കുമ്പോൾ സിന്ധുവിന്റെ പ്രായവും ഭാവവുമൊക്കെയുള്ള ഒരു പെൺകുട്ടി മൈതാനത്തിലെ തറയോടുകൾ പാകിയ നടപ്പാതയിലൂടെ അയാൾക്കഭിമുഖമായി നടന്നുവന്നു. തണുപ്പിൽ അവളുടെ മുഖത്ത് വിയർപ്പിൻ മുത്തുകളുണ്ടായിരുന്നു. മൂക്കുത്തിയുണ്ടായിരുന്നു. ചുരിദാറിന്റെ ഷാൾ കാറ്റിൽ പറന്നിരുന്നു. അവളോടൊപ്പം പർദ്ദ ധരിച്ച ഒരു മുതിർന്ന സ്ത്രീയും ഉണ്ടായിരുന്നു.

ഇതിനെ ചുറ്റിപ്പറ്റി ചില കൂട്ടലുകളും കിഴിക്കലുകളുമൊക്കെ സിന്ധുവിന്റെ അച്ഛൻ നടത്തി. കുന്നിന്മേലുള്ള മൈതാനത്തിലൂടെ അയാൾ നടന്നുകൊണ്ടേയിരുന്നു.

രണ്ട്

നഗരമദ്ധ്യത്തിലുള്ള ഒരു നാലുനിലക്കെട്ടിടമാണ് സിന്ധു താമസിച്ചിരുന്ന ഹോസ്റ്റൽ. ഹോസ്റ്റലിന്റെ താഴത്തെ നില എയർകണ്ടിഷൻ ചെയ്ത തുണിക്കടയാണ്. മുകളിലെ മൂന്ന് നിലകളിൽ പതിനാലു മുറികൾ. നാല് മുറികൾ എയർകണ്ടിഷൻ ചെയ്തത്. ആകെ അന്തേവാസികളുടെ എണ്ണം ഇരുപത്തിയാറ്. സെക്കന്റ് ഫ്ളോറിലുള്ള, രണ്ടുപേർ താമസിക്കുന്ന മുറിയാണ് സിന്ധുവിന്റേത്. സിന്ധുവിന്റെ റൂംമേറ്റ് കഴിഞ്ഞ ഒരു മാസമായി അവധിയിലാണ്. അതായത് കാണാതാവുന്ന സമയത്ത് മുറിയിൽ സിന്ധു ഒറ്റയ്ക്കായിരുന്നു താമസം.

സാധാരണ ലേഡീസ് ഹോസ്റ്റലുകളിൽനിന്ന് വ്യത്യസ്തമാണ് സിന്ധുവിന്റേത്. ടെക്സ്റ്റൈയിൽഷോപ്പ് സ്ഥിതിചെയ്യുന്ന താഴത്തെ നിലയുടെ അരികിലുള്ള സ്വതന്ത്രമായ കോണിപ്പടി ഹോസ്റ്റലിലേക്കുള്ള കവാടമാണ്. കവാടത്തിനു ചുവട്ടിൽ കാവല്ക്കാരനുണ്ട്. ഒരു വളർത്തുനായയുടെ സ്ഥാനം മാത്രമുള്ള കാവല്ക്കാരൻ.

ഹോസ്റ്റലിലെ താമസക്കാരിലധികവും ടെക്നോപാർക്കിലെ പെൺകുട്ടികളാണ്. പിന്നെ ഉയർന്ന തസ്തികകളിലുള്ള ഉദ്യോഗസ്ഥകളും. താരതമ്യേന കൂടുതലാണ്, ഹോസ്റ്റലിലെ വാടക. അവിടുത്തെ ഭക്ഷണവും താമസസൗകര്യവും മികച്ചതുമാണ്. പെൺകുട്ടികളുടെ വരവും പോക്കുമൊന്നും വാർഡൻ നിയന്ത്രിക്കാറില്ല. സ്വതന്ത്രവും സ്വന്തം കാലിൽ നില്ക്കുന്നവരുമായ പെൺകുട്ടികളെ എന്തിന് അനാവശ്യമായി നിയന്ത്രിക്കണം. ഐ ടി കമ്പനികളിലെ സമയഘടനയും ഷിഫ്റ്റ് സമ്പ്രദായവുമൊക്കെ സാധാരണ ഹോസ്റ്റലിലെ നിയന്ത്രണങ്ങൾക്ക് വഴങ്ങിക്കൊടുക്കുന്നതല്ല. ഇതായിരിക്കണം ടെക്നോപാർക്കുകാർ ഈ ഹോസ്റ്റലിലേക്ക് ആകർഷിക്കപ്പെട്ടത്. നഗരമദ്ധ്യത്തിലുള്ള ഹോസ്റ്റലിന്റെ സ്ഥാനവും ഒരു ഘടകമാണ്. ടെക്നോപാർക്കിലെ കമ്പനി ബസുകൾ കടന്നുപോകുന്ന നഗരത്തിലെ പ്രധാന നിരത്തിലാണ് ഹോസ്റ്റൽ.

സബ്–ഇൻസ്പെക്ടർ ഹോസ്റ്റലിന്റെ ഉടമസ്ഥയും സാംസ്കാരിക പ്രവർത്തകയുമായ മൃദുലാവർമ്മയോട് ചോദിച്ചു. "യഥാർത്ഥത്തിൽ എന്താണ് സംഭവിച്ചത്. ഒരു കുട്ടി ഹോസ്റ്റലിൽനിന്ന് കാണാതായിട്ട് പൊലീസിന്റെ അറിവിലെത്തിക്കാൻ പതിനെട്ടു ദിവസം വൈകിയതിന് മാഡം മറുപടി പറയേണ്ടതുണ്ട്."

കറങ്ങുന്ന കസേരയിൽ നിർവ്വികാരതയുടെ കംബളം പുതച്ച് ഇരിക്കുകയായിരുന്നെങ്കിലും മൃദുലാവർമ്മ ഉള്ളിൽ ഉറക്കെ പതറി. കണ്ണാടി ജനലിനപ്പുറം ചീറിപ്പോകുന്ന നഗരത്തിലെ ശബ്ദങ്ങൾ മുറിക്കുള്ളിൽ കടന്നുവന്നില്ല. കടന്നുവന്നിരുന്നെങ്കിൽ ജാഥയുടെ ഒച്ചകളും ഹോണുകളുമൊക്കെ അവരെ കൂടുതൽ അസ്വസ്ഥയാക്കിയേനെ.

മൃദുലാവർമ്മ പറഞ്ഞു. "ഇവിടെ താമസിക്കുന്നവരൊക്കെ ഉയർന്ന ശമ്പളം പറ്റുന്ന മെച്ച്വേർഡായ പെൺകുട്ടികളാണ്. ഇല്ലെങ്കിൽ പ്രായം ചെന്ന ഉദ്യോഗസ്ഥകൾ. അവർ മിക്കവാറും തിരക്കേറിയ ജീവിതമാണ് നയിക്കുന്നത്. ഞാൻ അവർക്കു നല്കുന്നത് സേഫായ ഒരു ഷെൽട്ടർ ആണ്. അവരുടെ സ്വകാര്യതയ്ക്ക് ഞാൻ വലിയ പ്രാധാന്യം നല്കുന്നു, സുരക്ഷിതത്വത്തിനും. ഇവിടുത്തെ താമസക്കാർ പോകുന്നതിലും വരുന്നതിലുമൊന്നും ഞാൻ അനാവശ്യമായി കൈ കടത്താറില്ല. അവരുടെ ഗസ്റ്റുകളുടെ കാര്യത്തിലും ഞാൻ ഇടപെടാറില്ല. പലരും പലപ്പോഴും നാട്ടിലേക്ക് പോകുമ്പോൾപോലും പറയാറില്ല. മെസ്സിൽ ചിലപ്പോൾ ഇതൊക്കെ കൺഫ്യൂഷനുണ്ടാക്കാറുണ്ട്. എങ്കിലും ഞാൻ ഇൻമേറ്റ്സിനെ ഇക്കാര്യങ്ങൾ പറഞ്ഞ് ശല്യപ്പെടുത്താറില്ല. അവരുടെ സ്വസ്ഥത, സുരക്ഷിതത്വം, സ്വാതന്ത്ര്യം ഇതിനൊക്കെയാണ് പ്രാധാന്യം!"

മൂന്ന്

മൃദുലാമേനോനുമൊത്ത് അന്വേഷണ സംഘം സിന്ധുവിന്റെ മുറി സ്ഥിതിചെയ്യുന്ന സെക്കന്റ് ഫ്ളോറിലേക്ക് കോവണി കയറുമ്പോൾ സബ്ഇൻസ്പെക്ടർ താഴെപ്പറയുന്നവിധം ചിന്തകളിൽ മുഴുകി:

ഈ ലേഡീസ് ഹോസ്റ്റൽ എത്ര മനോഹരം! ഗ്രാനൈറ്റ് പതിച്ച കോവണിപ്പടികൾ. ഒരൊറ്റ പൊടിപോലും അവശേഷിപ്പിക്കാതെ ഒക്കെയും വെടിപ്പാക്കി വച്ചിരിക്കുന്നു. നേരിയ സുഗന്ധം അന്തരീക്ഷത്തിലുണ്ട്.

കുടകിലെ പെൺകുട്ടികളൊക്കെയും സുന്ദരികളാണോ? ഐശ്വര്യാ റായി കുടകുകാരിയാണോ?

കാവേരിയുടെ വിശുദ്ധി കുടകിലെ സുന്ദരികൾക്കുമുണ്ടോ?

മനസ്സിലാകെ കിതപ്പ് നിറയുന്നത് ചെറുപ്പക്കാരനായ ഇൻസ്പെക്ടർ അറിഞ്ഞു. അനവസരത്തിൽ ഒരു മൂളിപ്പാട്ട് അയാൾക്കുള്ളിൽ മുഴങ്ങി.

എന്തായിരിക്കാം സംഭവിച്ചത്? മിക്കവാറും സുന്ദരിയായ ആ പെൺകുട്ടി അവളുടെ കാമുകനുമൊത്ത് ഒളിച്ചോടിപ്പോയിട്ടുണ്ടാവും. മൃദുല പറയുന്നത് ശരിയാണെങ്കിൽ ഹോസ്റ്റലിൽ സന്ദർശകർക്ക് പ്രത്യേകിച്ച് നിയന്ത്രണമൊന്നുമില്ല. അതായത് ആർക്കും കടന്നുവരാം. അങ്ങനെയാണെങ്കിൽ സിന്ധുവിന്റെ കാമുകനും ഇവിടെ യഥേഷ്ടം കടന്നുവന്നിട്ടുണ്ടാകും. ഇതേ കോണിപ്പടിയിലൂടെ ഇതേ സുഗന്ധം ശ്വസിച്ച് അവളുമൊത്ത് അയാൾ നടന്നിട്ടുണ്ടാകും. സന്ദർശകരുടെ മുറിക്കുമപ്പുറത്ത് അവളുടെ മുറിയിൽത്തന്നെ അയാൾ ചെന്നിട്ടുണ്ടാവാം!

നിയന്ത്രണങ്ങളും വിലക്കുകളും അനുഭവിക്കുന്നത് പാവപ്പെട്ടവർ മാത്രമാണ്.

കോളേജിലും പരിസരങ്ങളിലും സംഭവിച്ച വിഫലമായ പ്രണയങ്ങളുമൊത്തുള്ള ലക്ഷ്യത്തിലെത്താത്ത യാത്രകൾ ഇൻസ്പെക്ടറെ അലട്ടി. കുടയാൻ ശ്രമിക്കുന്തോറും ആ പഴയ അനുഭവങ്ങൾ അയാളിൽ നിറഞ്ഞു. കോളേജിലെ ലേഡീസ് ഹോസ്റ്റലിനു ചുറ്റുമുണ്ടായിരുന്ന കൂറ്റൻ മതിലിനെയും മതിലിലെ പായൽ പിടിച്ച ജനതാമെസ്സിന്റെ മഞ്ഞ നിറത്തെയും ഒട്ടാകെ അപകർഷതയോടെ അയാൾ ഓർമ്മിച്ചു.

കോവണികയറുന്നതിനിടയിൽ പെണ്ണെന്നും പെണ്ണുതന്നെയെന്ന ഉപശീർഷകത്തിനു ചുവട്ടിലായി ഇങ്ങനെ ചിലതുകൂടി അയാൾ ചിന്തയിൽ കോർത്തു.

ഇവളെ ആരെങ്കിലും കബളിപ്പിച്ചോ ഭീഷണിപ്പെടുത്തിയോ കൂട്ടികൊണ്ടുപോയതാവാനും മതി. ആവശ്യം കഴിഞ്ഞ് ഏതെങ്കിലും കൊക്കയിലേക്ക് വലിച്ചെറിഞ്ഞിട്ടുണ്ടാവും. അവളുടെ ശരീരം ജീർണ്ണിച്ച ഏതോ വിജനതയിൽ ശയിക്കുന്നുണ്ടാവണം. കഷ്ടം തന്നെ!

നാല്

അന്വേഷണസംഘത്തിലുണ്ടായിരുന്ന സുമുഖനും ചെറുപ്പക്കാരനുമായ സുരേഷ് എന്ന പത്രപ്രവർത്തകൻ സെക്കന്റ് ഫ്ളോറിലേക്ക് കോവണികയറുമ്പോൾ ചിന്തിച്ചത് ഏവം വിധമായിരുന്നു:

ഒരു പെൺകുട്ടിയെ കാണാതാവുമ്പോൾ സ്വാഭാവികമായിത്തന്നെ അതിൽ വാർത്തയുടെ അംശമുണ്ട്. അതിനാൽ ഒരു പത്രപ്രവർത്തകന് ഇക്കാര്യത്തിൽ താല്പര്യമുണ്ട്.

എന്നാൽ കുടകിലെ പെൺകുട്ടിയുടെ കാര്യത്തിൽ ഒരു പത്ര പ്രവർത്തകന്റെ ഇടം കൂടുതൽ സൂക്ഷ്മവും പ്രസക്തവുമാണ്. മാറുന്ന സാമ്പത്തിക സാഹചര്യങ്ങളുടെ ഇര എന്ന മട്ടിൽ പെൺകുട്ടി സ്വയം പ്രതിഷ്ഠിതയാകുന്നു എന്നതാണ് യാഥാർത്ഥ്യം. എക്കണോമിക് ഡിപ്രഷൻ ഇന്ത്യൻ വിപണിയെ എങ്ങനെ ബാധിക്കുന്നു എന്ന വിശാല പശ്ചാത്തലത്തിൽ ഈ എപ്പിസോഡ് വിശകലന വിധേയമാക്കാം. ഐ ടി രംഗത്താണ് സിന്ധു പ്രവർത്തിക്കുന്നത്. സത്യം കമ്പ്യൂട്ടേഴ്സിന്റെ തകർച്ചയും ഐ ടി രംഗത്ത് തുടർന്ന് സംഭവിച്ചുകൊണ്ടിരിക്കുന്ന അനുരണനങ്ങളും സിന്ധു പണിയെടുത്തുകൊണ്ടിരുന്ന കമ്പനിയെയും അവളെത്തന്നെയും എങ്ങനെയൊക്കെ ബാധിച്ചു എന്നതിന്റെ ആഴങ്ങളിലേക്കുള്ള അന്വേഷണത്തിന് ഇവിടെ അവസരമുണ്ട്.

പടവുകൾ കയറുന്നതിനിടയിൽ ഒരു നിമിഷം സുരേഷ് കോളേജിൽ പഠിക്കുന്ന അനിയത്തിയെക്കുറിച്ചും ഓർമ്മിക്കുകയുണ്ടായി.

ഏതൊരു പെൺകുട്ടിക്കും എപ്പോൾ വേണമെങ്കിലും അപ്രത്യക്ഷയാകാവുന്നതേയുള്ളുവെന്ന് അയാൾക്ക് തോന്നി. മരണംപോലെയോ ജീവിതംപോലെയോ ഒരു യാദൃച്ഛികത മാത്രമാണ് അപ്രത്യക്ഷമാകലുമെന്ന് അയാൾ കരുതി.

യഥാർത്ഥത്തിൽ സംഭവിക്കുന്നത് അപ്രത്യക്ഷമാവുക എന്ന കാര്യമാണ്. പിന്നെ അതിന്റെ കാരണമന്വേഷിച്ച് നാം ഓരോരോ ഇടങ്ങളിൽ ചെന്നു ചേരുന്നുവെന്നുമാത്രം. പീഢനത്തിന്റെ കാലത്ത് കാരണമായി പീഢനം പ്രത്യക്ഷപ്പെടുന്നു. അപകടങ്ങളുടെ കാലത്ത് കാരണം അപകടമായി മാറുന്നു. സാമ്പത്തിക തകർച്ചയുടെ കാലത്ത് സാമ്പത്തിക തകർച്ച തിരോധാനത്തിന്റെ കാരണമാകുന്നു. പ്രണയങ്ങളുടെ കാലത്ത് പ്രണയവും ചിന്തകളുടെ കാലത്ത് ചിന്തയും വിപ്ലവത്തിന്റെ കാലത്ത് വിപ്ലവവും യുദ്ധത്തിന്റെ കാലത്ത് യുദ്ധവും സമാധാനത്തിന്റെ കാലത്ത് സമാധാനം തന്നെയും കാരണമായിത്തീരുകയോ, കാരണമായി ആരോപിക്കപ്പെടുകയോ ചെയ്യുന്നു.

നിയതിയുടെ ഗതികൾ വിചിത്രമാണ്.

ജീവിതത്തിൽ ആദ്യമായി ഒരു ലേഡീസ് ഹോസ്റ്റൽ സന്ദർശിച്ചത്, പ്രണയിനിയെ കാണുന്നതിനു വേണ്ടിയാണ്. ഒരു പുസ്തകം വാങ്ങാനെന്ന പേരും പറഞ്ഞ് പഴകിയ ഫർണിച്ചറുകൾക്കും പത്രങ്ങൾക്കുമിടയിൽ ഫാനിന്റെ കറക്കത്തിനു ചുവട്ടിൽ ക്ഷമയോടെ സന്ദർശനമുറിയിൽ കാത്തിരുന്ന ആ സായാഹ്നം അതിന്റെ ഏകാന്തതയുമായി പിന്നെയും കടന്നുവരുന്നു.

പഴയ പ്രണയിനിക്ക് എന്ത് സംഭവിച്ചു? പഴയ കാലത്തിന് എന്തു സംഭവിച്ചു? ആ പത്രക്കടലാസുകൾക്ക്, ഫർണിച്ചറുകൾക്ക്, സ്വീകരണമുറിക്ക്, ഹോസ്റ്റലിനുതന്നെ എന്തൊക്കെ സംഭവിച്ചു കഴിഞ്ഞിട്ടുണ്ടാവണം!

അഞ്ച്

സിന്ധുവിന്റെ മുറി അകത്തുനിന്ന് പൂട്ടിയിരിക്കുന്നു. അടഞ്ഞ വാതിലിനു മുന്നിൽ നിന്ന് ഇൻസ്പെക്ടർ, മൃദുലാമേനോനോടു ചോദിച്ചു: "മുറിക്കുള്ളിൽ പെൺകുട്ടി ഇല്ലെന്ന് ഉറപ്പാണോ?"

"ഉറപ്പുതന്നെ."

"എങ്ങനെ ഉറപ്പാക്കുന്നു?"

"വെന്റിലേറ്ററിലൂടെ മുറിക്കുള്ളിലെ കാര്യങ്ങൾ കാണാവുന്നതാണ്."

"ബാത്ത്റൂമിനുള്ളിലെ കാര്യമോ?"

"അടുത്ത മുറിയിലെ ബാത്ത്റൂമിന്റെ വെന്റിലേറ്ററിലൂടെ നോക്കിയാൽ ഈ ബാത്ത്റൂം കാണാനാവും."

"അപ്പോൾ ഈ ബാത്ത് റൂമിലെ വെന്റിലേറ്ററിലൂടെ തിരിച്ചും കാണാനാവുമല്ലോ"

"അതേ".

"നിങ്ങൾ പറഞ്ഞ പ്രൈവസിയുടെ കാര്യമൊക്കെ പൊളിയുകയാണല്ലോ. ഇത്തരം വെന്റിലേറ്ററുകളിൽ രഹസ്യമായി ഒരാൾക്ക് ക്യാമറകൾ ഒളിപ്പിക്കാം. സ്ത്രീകളുടെ നഗ്നത കച്ചവടതാല്പര്യങ്ങൾക്ക് വിഷയമാണ്."

ചെറുതായി വിളറി, മൃദുലാമേനോൻ തന്റെ കണ്ണുകളെ എന്തെങ്കിലും വസ്തുവിൽ ഉറപ്പിച്ചുനിറുത്താൻ പണിപ്പെട്ടു.

"ഞങ്ങൾക്ക് എല്ലാ ദിശയിലും ചിന്തിക്കേണ്ടിവരും. എന്തായാലും ഒരു കാര്യം തീർച്ച. ഈ ഹോസ്റ്റലിൽ അന്തേവാസികൾക്ക് യാതൊരു പ്രൈവസിയുമില്ല. അങ്ങനെ ഉണ്ടെന്ന് ആരെങ്കിലും വിചാരിക്കുന്നുണ്ടെങ്കിൽ അയാൾ അല്ലെങ്കിൽ അവൾ യഥാർത്ഥത്തിൽ കബളിപ്പിക്കപ്പെടുകയാണ്."

വാതിൽ ബലമായി തുറന്ന് ഉള്ളിലേക്ക് കടക്കുമ്പോൾ കാറ്റിനൊപ്പം അരൂപിയായ ഒരു പെൺകുട്ടി പുറത്തേക്കിറങ്ങുന്നതുപോലെ ഇൻസ്പെക്ടർക്ക് തോന്നി.

മുറിയുടെ ഓരോ മൂലയിലും കുളിമുറിക്കുള്ളിലും ഒളിച്ചിരിക്കുന്ന ഒരു പക്ഷിക്കുഞ്ഞിനെയെന്നോണം അന്വേഷകസംഘം സിന്ധുവിനെ തെരഞ്ഞു.

സിന്ധുവിന്റെ മണവും അദൃശ്യസാന്നിദ്ധ്യവും ആ മുറിയിൽ ഉണ്ടായിരുന്നു.

അതാകട്ടെ തികച്ചും സ്വാഭാവികമായ ഒരു കാര്യം മാത്രമാണ്. ഒരാൾ കടന്നുപോയ വഴികളിൽ അയാളുടേതായ ചിലത് അവശേഷിക്കാറുണ്ട്. ചില വിരലടയാളങ്ങൾ, കാല്പാടുകൾ,ഗന്ധങ്ങൾ ഓർമ്മകൾ അങ്ങനെ പലതും.

ആറ്

സിന്ധുവിന്റെ മുറിയിൽനിന്നും അന്വേഷകസംഘം കണ്ടെത്തിയ

വസ്തുക്കളിൽ ഒരു നോട്ടുപുസ്തകം ഉൾപ്പെടുന്നു. ഈ പുസ്തകത്തിനെ വേണമെങ്കിൽ ഒരു ഡയറിയായി കരുതാവുന്നതാണ്.

ഇടയ്ക്കിടെ തീയതിവച്ചും അല്ലാതെയുമെഴുതിയ കുറിപ്പുകൾ പുസ്തകത്തിൽ കാണാം. "11.4.2008" എന്ന് പുസ്തകത്തിന്റെ ആദ്യ താളിൽ എഴുതിക്കാണുന്നു. ഈ കുറിപ്പുകൾ എഴുതിത്തുടങ്ങുന്നത് ആ തീയതി മുതൽ ആയിരിക്കാം.

ഏതാനും മാസങ്ങളിലെ സിന്ധുവിന്റെ ചിന്തകളായി കുറിപ്പുകളെ വായിക്കാം. അറുപതു പേജുകളുള്ള ആ കുറിപ്പുകളിൽ അസാധാരണ മായ ചില പരാമർശങ്ങളുണ്ട്. ഈ കഥയിൽ പരിഗണിക്കപ്പെടേണ്ടതെന്ന് തോന്നുന്ന ഭാഗങ്ങൾമാത്രം എഡിറ്റു ചെയ്ത് ചുവടെച്ചേർക്കുന്നു.

ആദ്യത്തെ അസാധാരണ പരാമർശം നോട്ടുബുക്കിന്റെ മൂന്നാം പേജിൽ കാണാം. അവസാനത്തേത് അൻപത്തിയെട്ടാം പേജിലും.

1. അരവിന്ദന്റെ യാത്രയയപ്പിനോടനുബന്ധിച്ച് കുറെ ചിത്രങ്ങൾ ഗോവിന്ദ് മൊബൈലിൽ പിടിച്ചിരുന്നു. അതിന്റെ പ്രിന്റ് എടുത്തപ്പോൾ ഒരു ചിത്രത്തിലും ഞാൻ ഇല്ല. ഇതൊന്നും മറ്റാരും ശ്രദ്ധിച്ചിട്ടില്ല. ഗോവിന്ദ് പോലും. പക്ഷേ, എനിക്ക് കാര്യങ്ങൾ മനസ്സിലാകുന്നു. പണ്ട് ഹൈസ്കൂളിലെ ഗ്രൂപ്പ് ഫോട്ടോയിലും ഇതുപോലെ സംഭവിച്ചു. ആരും അത് ശ്രദ്ധിച്ചില്ല. ഫോട്ടോയിൽ എനിക്കരികിൽ നിന്നിരുന്ന പ്രീതി പത്രാസ് പോലും അന്നത് ശ്രദ്ധിച്ചില്ല!

എന്താണിങ്ങനെ?

ഇനി ഞാനില്ലാത്ത അവസരങ്ങളിലെടുക്കുന്ന ചിത്രങ്ങളിൽ എന്റെ രൂപം പതിയാറുണ്ടോ?

2. ഞാൻ ദൈവമാണെന്ന് തോന്നുന്നു. ദൈവം ഇരുപത്തിരണ്ട് വയസ്സുള്ള ഒരു പെൺകുട്ടിയാണോ?

3. ആയിരത്തിത്തൊള്ളായിരത്തി നാല്പത്തി ഒന്നാമത് വർഷം ഏപ്രിലിലെ ഏതോ ഒരു നാൾ ഏതോ ഒരു കുറുക്കൻ എന്നെ കാപ്പിത്തോട്ടത്തിലേക്ക് വലിച്ചിഴച്ചുകൊണ്ടുപോയി. അവിടെ പല ജാതി മൃഗങ്ങളെ ഞാൻ കണ്ടു. ഒരു കരടി എന്റെ അടുത്തുവന്നു. മനുഷ്യന്റെ മനസ്സുള്ള ഒരു കരടി.

ഞാൻ കരഞ്ഞില്ല.

ചിരിച്ചതുമില്ല.

4. ഗോവിന്ദ് എന്റെ നഗ്നചിത്രങ്ങളെടുക്കാൻ താല്പര്യം കാണിക്കുന്നു. എനിക്കുറപ്പുണ്ട്, ഈ ചിത്രങ്ങളിലൊന്നും ഞാൻ ഉണ്ടായിരിക്കില്ല.

5. രാത്രിയിൽ ടിവി കാണുന്നതിനിടയിൽ ഞാൻ ഉറങ്ങിപ്പോയി. എന്നെക്കാണാതെ അല്ലെങ്കിൽ ശ്രദ്ധിക്കാതെ ടി വി ഓഫ്ചെയ്ത് എല്ലാവരും ഉറങ്ങാൻ പോയി. രാത്രിയിൽ ഉണർന്നപ്പോൾ ഞാൻ മാത്രം ഇരുട്ടിൽ ഒറ്റയ്ക്ക്.....

6. എന്റെ അമ്മ എന്നെ കൊന്നു!

അമ്മയാണ് എന്നെ കൊന്നത്.....

അമ്മ മകളെ കൊന്നു.

7. ടെക്നോപാർക്കിൽ നിന്ന് സിറ്റിയിലേക്ക് വരുന്ന വഴിയിൽ ചാവടി മുക്ക് എത്തുന്നതിനു മുൻപ് ഒരു ഇടവഴി കാണാം. കുടകിനെ ഓർമ്മിപ്പിക്കുന്ന ഇടവഴി. ആ ഇടവഴിയിലൂടെ പരേതാത്മാക്കൾ നടക്കുന്നത് ഞാൻ കണ്ടിട്ടുണ്ട്. ആ ഇടവഴിയുടെ പേരെന്തെന്ന് എനിക്കറിയില്ല. പരേതരുടെ ഇടവഴി എന്നതിന് പേരിടണം. കുടകിലെ ഇടവഴിയിലും പരേതാത്മാക്കൾ ഉണ്ടായിരുന്നു. അവരിൽ ചിലർ എന്നെ സ്നേഹിച്ചിരുന്നു. മരിച്ചവരുടെ ചുംബനം തീവ്രമാണ്. അഗാധമാണ്.

8. അസാധാരണം തന്നെ, സത്യം കമ്പ്യൂട്ടേഴ്സിലെ വിശേഷങ്ങൾ ഇങ്ങനെയെങ്കിൽ നമ്മളുടെ കാര്യം പോക്കുതന്നെ. എല്ലാം ഇല്ലാതാകുമോ?

9. കുടകിൽ രണ്ടാം ക്ലാസിൽ പഠിക്കുന്ന കാലത്ത് ഒരു ദിവസം എന്നെ കാണാതായി. സ്കൂളിൽനിന്നും വീട്ടിലേക്ക് മടങ്ങുന്ന വഴിയിൽ ഞാൻ അപ്രത്യക്ഷയായി. രാത്രി പത്തുമണിക്ക് വഴിയരികിലെ ഒരു മരച്ചോട്ടിൽ കിടന്നുറങ്ങുന്ന മട്ടിൽ ഞാൻ വീണ്ടും പ്രത്യക്ഷപ്പെട്ടു. എന്റെ ഓർമ്മയിൽ കൂടുതലൊന്നും തെളിഞ്ഞില്ല.

ബോധമാണോ ഞാനാണോ ആര് ആരെയാണ് ഉപേക്ഷിച്ചത്. എല്ലാ പെൺകുട്ടികളും ഇങ്ങനെ അപ്രത്യക്ഷരാകാറുണ്ടോ? കാഴ്ചയിൽ നിന്ന് വിടുതൽ നേടി ഞാൻ പോയത് എവിടേക്കാണ്?

10. ഞാൻ ആരാണ്?

മരിച്ചുപോയ ഒരാത്മാവാണോ? മരിച്ചുകൊണ്ടിരിക്കുന്ന ഒരു ശരീരമാണോ? പ്രേതമാണോ? ഏതോ ഭൂതകാലത്തന്റെ അവശിഷ്ടമാണോ? എന്റെ നാടേത്?

കുടകിലെ തണുപ്പുപുതച്ച വഴികളിലൂടെ സ്കുളിലേക്ക് പോകുന്ന ഇടവഴികൾ.....

തിരുവനന്തപുരത്തെ ടെക്നോപാർക്കിലെ വിശാലവും കാറ്റ് വട്ടം ചുറ്റുന്നതുമായ തുറസുകൾ....

11. ഇന്നലെ ഉച്ചയ്ക്ക് ഒരു മണി മുതൽ രണ്ടു മണിവരെ ഞാൻ കാന്റീനിൽ ഉണ്ടായിരുന്നു. കാന്റീനിൽ വെയിറ്റ് ചെയ്യണമെന്ന് ഗോവിന്ദ് പറഞ്ഞിരുന്നു. എന്നാൽ ഗോവിന്ദ് വന്നില്ല. ടീ ബ്രേക്കിന് കണ്ടപ്പോൾ ഗോവിന്ദ് പറഞ്ഞത് എന്നേത്തേടി അയാൾ കാന്റീനിൽ വന്നുവെന്നും കുറച്ചുനേരം കാത്തിരുന്നു എന്നുമാണ്. എന്നെ കാണാതിരിക്കാൻ കാന്റീനിൽ അത്രയ്ക്ക് തിരക്കൊന്നുമുണ്ടായിരുന്നില്ല. മൊബൈലിൽ ഒരു മണിക്കും രണ്ടു മണിക്കുമിടയിൽ ഗോവിന്ദന്റെ പതിനൊന്നു മിസ്ഡ് കോളുകൾ രേഖപ്പെടുത്തിയിരുന്നു. പക്ഷേ, വൈകുന്നേരമാണ് ഞാൻ മൊബൈലിൽ അതു കണ്ടത്.

12. ഞാൻ വെറുമൊരു പെൺകുട്ടിയല്ല. എനിക്കുള്ളിലും എനിക്കു ചുറ്റും അസാധാരണമായ പലതുമുണ്ട്. ഏതാണ് അസാധാരണമായ കാര്യമെന്ന് എങ്ങനെയാണ് വ്യവഛേദിക്കുന്നത്?

13. എന്റെ ആദ്യചുംബനം സംഭവിച്ച ആ കൗമാരസന്ധ്യയിൽ കുറ

ച്ചുനേരം എന്റെ ഓർമ്മ ശിഥിലമായി. ആകാശത്തിൽ മേഘമെന്നപോലെ ഞാൻ എവിടെയൊക്കെയോ ഒഴുകി... ഏതാനും നിമിഷങ്ങൾ മാത്രം നിറഞ്ഞുനിന്ന ആ അദൃശ്യതയ്ക്കുശേഷം പിന്നെയും ഞാൻ അവന്റെ കൈകളിൽ നിറഞ്ഞു.

14. എന്റെ അച്ഛൻ ആരാണ്?

കുടകിലെ ആ ടാക്സി ഡ്രൈവറാണോ?

അതോ കമ്പനിയിലെ "X" എന്ന ഉദ്യോഗസ്ഥനോ?

എനിക്കും "X"നുമിടയിൽ അസാധാരണമായ ചിലതുണ്ട്. എന്നെ ക്കാണുമ്പോൾ അദ്ദേഹത്തിന്റെ കണ്ണുകൾ തിളങ്ങുന്നു...അൻപതുകാര നായ ഒരാളിന്റെ കാമമെന്ന് വേണമെങ്കിൽ അവഗണിക്കാം. പക്ഷേ, അത് കാമമാണെന്ന് ഞാൻ പറയില്ല. അയാൾ എന്നെ നോക്കുന്നതോടെ ഞാൻ അദൃശ്യയായി മാറുന്നുവെന്നുതോന്നുന്നു.

അയാളുടെ നോട്ടത്തിനുശേഷം ഞാൻ ഇടനാഴിയിലൂടെ നടന്നപ്പോൾ എതിരേ നീരജ വന്നു. അവൾ എന്നെ കാണാത്തഭാവത്തിൽ കടന്നു പോയി. ഇതിൽ അസാധാരണയായി ഒന്നുമില്ല. എന്നാൽ സംഗതി എന്നെ ക്കുറിച്ചാവുമ്പോൾ ന്യായമായും ചില സംശയങ്ങൾ തോന്നിപ്പോകുന്നു.

15. കുളികഴിഞ്ഞ് മേക്കപ്പ് ചെയ്യുവാനായി നിലക്കണ്ണാടിക്കുമുമ്പിൽ നിന്നപ്പോൾ എന്റെ രൂപം കണ്ണാടിയിൽ പ്രതിഫലിക്കുന്നില്ല. കണ്ണാടി യുടെ സഹായമില്ലാതെ തന്നെ ഞാൻ ആഫീസിലേക്കു പോകാൻ തയ്യാ റായി.

സത്യത്തിൽ കണ്ണാടിയുടെ ആവശ്യമില്ല.

പ്രതിബിംബങ്ങളുടേയും

16. ഞാൻ മരിച്ചുകൊണ്ടിരിക്കുന്നു. അല്ലെങ്കിൽ മരിച്ചു കഴിഞ്ഞിരി ക്കുന്നു.

17. ഒരു ദിവസം അത് സംഭവിക്കും. ഇന്നല്ലെങ്കിൽ ഇനിയൊരു ദിവസം....

18. റാണി ചോദിച്ചു, ഡിന്നറിനുശേഷം ഞാൻ എവിടെപ്പോയെന്ന്. സത്യത്തിൽ ഞാൻ ഇവിടെ ഈ മുറിയിൽത്തന്നെ ഉണ്ടായിരുന്നു.

ഏഴ്

സിന്ധു എന്ന സുന്ദരി മാഞ്ഞുപോയിരിക്കുന്നു.

മാഞ്ഞുപോകാത്ത ചില സംശയങ്ങൾ ബാക്കിയുണ്ട്. സിന്ധു വീണ്ടും പ്രത്യക്ഷപ്പെടുക എന്നതും സംഭവിക്കാനിടയുള്ള ഒരു സാദ്ധ്യ തയാണ്. പ്രസക്തമെന്ന് എനിക്ക് തോന്നുന്ന ചില കാര്യങ്ങൾ സാങ്കേ തിക കാരണങ്ങളാൽ മുകളിലെ കുറിപ്പുകളിൽ ഉൾപ്പെടുത്തിയിട്ടില്ല. ഒരാൾ മാഞ്ഞുപോയാലും അയാളുടെ സ്വകാര്യത മാഞ്ഞുപോകുന്നില്ല.

ഗോപുരം

കടൽത്തീരത്ത് തിരക്ക് കുറവായിരുന്നു. തീരത്തിലെ കൽമണ്ഡപത്തിൽ കടൽത്തിരകളിലേക്ക് നോക്കി അയാൾ ഇരുന്നു. സൂര്യൻ അസ്തമയത്തിലേക്ക് ചുവന്നുതുടുക്കാൻ തുടങ്ങി. മഴമേഘങ്ങൾ പല നിറത്തിലുള്ള സ്വപ്നങ്ങളെ ഓർമ്മിപ്പിച്ചുകൊണ്ട് ആകാശത്തിൽ തിളങ്ങി. തിരകളുടെ നിറഭേദങ്ങളിൽ ജീവിതത്തിന്റെ സൂക്ഷ്മമായ അഗാധത പ്രതിഫലിക്കുന്നതായി അയാൾ സംശയിച്ചു.

ചാറ്റൽമഴയുടെ ആലസ്യത്തിലും നനഞ്ഞ മണൽപ്പരപ്പിലുമൊക്കെ സന്ധ്യ പടരുകയാണ്.

അപ്പോൾ കൽമണ്ഡപത്തിലെ പടവിൽ അയാൾക്ക് കുറച്ചടുത്തായി ഒരു സ്ത്രീ വന്നിരിപ്പായി. തിടുക്കമൊന്നുമില്ലാതെ ഒരു കുലീനയുടെ നിശ്ശബ്ദമായ കാൽവെയ്പുകളോടെയാണ് അവൾ നടന്നു വന്നത്.

സ്ത്രീയിൽനിന്ന് സുഗന്ധലേപനങ്ങളുടെ സൗമ്യമായ പരിമളം പരന്നു. ആ പരിമളം അനുഭവിച്ച് കടൽത്തിരകളിലേക്ക് നോക്കിയിരിക്കുമ്പോൾ അയാൾ താൻ പുരട്ടിയിരിക്കുന്ന ഡിയോഡന്ററിന്റെ സുഗന്ധത്തെക്കുറിച്ച് ഓർമ്മിച്ചു. അയാളിൽ നിന്ന് സുഗന്ധം പ്രസരിക്കുന്നുണ്ടാവണം. ആ സുഗന്ധം സ്ത്രീ അറിയുന്നുന്നുണ്ടാവണം. അവരിരുവരിലേയും ലേപനവസ്തുക്കളുടെ സുഗന്ധവും ശരീരഗന്ധങ്ങളുമൊക്കെ കൂടിക്കലരുന്നതിനെക്കുറിച്ച്, പൊട്ടിയൊലിച്ച രണ്ടു നിറങ്ങൾ പുഴയുടെ തെളിമയാർന്ന ജലത്തിൽ കൂടിക്കലരുന്നതുപോലെയൊരു ചിത്രം അയാൾ ഭാവന ചെയ്തു.

മനസിലെ പുഴയിലൂടെ ജലം ഒഴുകുകയാണ്. പുഴയിൽ മുങ്ങിക്കുളിക്കുന്ന അയാൾ ഒരു ബാലനാണ്. കാച്ചിയ എണ്ണയുടെ മണവുമായി അയാളോടൊത്ത് കുളിക്കാനുണ്ടായിരുന്ന കൂട്ടുകാരി ഇപ്പോൾ എവിടെയാണ്? ആ വെള്ളത്തിൽ അലിഞ്ഞുപോയ അവരുടെ വാസനസോപ്പു

കൾ എത്രയെത്ര! വെള്ളത്തിന്റെ സ്ഫടികവിശുദ്ധിയിൽ അവരുടെ ബാല്യവും ബാല്യകാലനഗ്നതയും പ്രകാശിച്ചിരുന്നത് അയാൾ ഓർമ്മിച്ചു.

ഇങ്ങനെ ഓരോന്ന് ഓർത്തിരിക്കെ സന്ധ്യ വിടപറഞ്ഞു.

കൽപ്പടവിൽ രണ്ടു നിഴലുകളായി അവർ അവശേഷിച്ചു.

അയാൾ അവൾക്കുനേരെ മുഖമുയർത്തുകയും അവളുടെ വൈരക്കൽമൂക്കുത്തിയുടെ പ്രകാശം കാണുകയും ചെയ്തു. കാറ്റുവീശി. ചാറ്റൽ മഴയുടെ ചീളുകളും തണുപ്പും കൽമണ്ഡപത്തിന്റെ പടവുകളിലിരുന്ന അവരിലേക്ക് പ്രവേശിച്ചു. മൃദുവായി പടരുന്ന ചാറ്റൽമഴയുടെ സ്പർശം അവർ ഒരുപോലെ ആഹ്ലാദപൂർവ്വം അനുഭവിച്ചു.

വൈരക്കൽമൂക്കുത്തിയുടെ പ്രകാശമൊഴിച്ചാൽ ഇപ്പോൾ അവൾ ഒരു നിഴൽ മാത്രമാണ്. നേർത്ത സുഗന്ധം പരത്തുന്ന ഒരു നിഴൽ.

ആ നിഴലിനോട് സംഭാഷണം ചെയ്യാൻ അയാൾ ആഗ്രഹിച്ചു. എന്നാൽ തൊട്ടടുത്ത നിമിഷത്തിൽ ആ സ്ത്രീ പറഞ്ഞു: കടൽ ഇന്ന് ശാന്തമാണ്. തിരക്കു കുറവായതുകൊണ്ട് തീരവും ശാന്തമാണ്.

അങ്ങനെ പറയുമ്പോൾ മൂക്കുത്തിയിലെ വൈരക്കല്ല് കൂടുതൽ പ്രകാശഭരിതമായി.

അയാൾ പറഞ്ഞു: “കാറ്റിന് നല്ല സുഗന്ധമുണ്ട്.”

അപ്പോൾ അവർ ഇരുന്നിരുന്ന കൽമണ്ഡപത്തിലെവിടെയോ ഒരു ട്രാൻസിസ്റ്ററിൽ നിന്ന് ചെറുശബ്ദത്തിൽ സംഗീതം പ്രവഹിച്ചുതുടങ്ങി. ആ ട്രാൻസിസ്റ്ററിന്റെ ഉടമയുടെ സാന്നിദ്ധ്യം ഇരുട്ടിൽ അദൃശ്യമാണ്. അങ്ങനെ ഒരാൾ ഉണ്ടെന്നുപോലും ട്രാൻസിസ്റ്റർ ശബ്ദിക്കുവോളം അയാൾ അറിഞ്ഞിരുന്നതേയില്ല.

അപ്പോൾ കടലിലെ തിരകൾക്കപ്പുറത്ത് പ്രകാശത്തിന്റെ ഒരു ഗോപുരം ദൃശ്യമായി.

അയാൾ പറഞ്ഞു: “നോക്കൂ, കടലിൽ ഒരു ഗോപുരം.”

അവൾ മണിയൊച്ചയുടെ മൂർച്ചയുള്ള ശബ്ദത്തിൽ പറഞ്ഞു: “ഗോപുരങ്ങൾ എപ്പോഴും ഏകാകികളാണ്. കടലിലെ ഗോപുരത്തിന്റെ ഏകാന്തത കൂടുതൽ സൂക്ഷ്മമാണ്.”

അയാൾ: “കടലിലെ ഈ ഗോപുരം ഇതുവരെ ശ്രദ്ധിച്ചിട്ടേയില്ല. പകൽവെളിച്ചത്തിൽ ഈ ഗോപുരം അദൃശ്യമാണോ?”

അവൾ: കടലിൽ ഒരു തുരുത്തുണ്ടെന്നും തുരുത്തിൽ ഒരു ഗോപുരമുണ്ടെന്നും ശാന്തമായ രാവുകളിൽ ഗോപുരത്തിന്റെ അതിരുകളിൽ പ്രകാശരേണുക്കൾ തിളങ്ങാറുണ്ടെന്നും ഞാൻ കേട്ടിട്ടുണ്ട്.

അയാൾ: “എനിക്കിത് പുതിയൊരു അറിവും കാഴ്ചയുമാണ്.”

അവൾ: “ഞാനും ഗോപുരത്തെ കാണുന്നത് ആദ്യമായാണ്.”

അയാൾ: “ഇരുട്ടിലും ഏകാന്തതയിലും ഈ ഗോപുരത്തിൽ ആരാണ് പ്രകാശദീപങ്ങൾ കൊളുത്തിവെക്കുന്നത്?”

അവൾ: “ഗോപുരത്തിന്റെ വക്കുകളിൽ ഏതെങ്കിലും രാസവസ്തുക്കൾ പുരട്ടിയിട്ടുണ്ടാവാം. കാറ്റിൽനിന്നോ തിരകളിൽനിന്നോ ഊർജ്ജം

സംഭരിച്ച് ഗോപുരം തിളങ്ങുകയാവാം."

അയാൾ: "ഗോപുരത്തിന് ഭൂതകാലത്തിൽ നിന്നോ മനസ്സിന്റെ ഉള്ളറകളിൽ നിന്നോ ഊർജ്ജം സംഭരിച്ച് സ്വയം തിളങ്ങാൻ കഴിയുമോ?"

അവൾ: "എങ്കിൽ ഈ ഭൂമിയിലെ എല്ലാ ഗോപുരങ്ങളും ഇങ്ങനെ തിളങ്ങേണ്ടതല്ലേ?"

അയാൾ: "എല്ലാ ഗോപുരങ്ങളും ഏതൊക്കെയോ സൂക്ഷ്മനിമിഷങ്ങളിൽ തിളങ്ങുകതന്നെയാണ്."

അവൾ: "നിങ്ങൾ ഗോപുരങ്ങൾ സന്ദർശിച്ചിട്ടുണ്ടോ?"

അയാൾ: "ഞാൻ ചില ഗോപുരങ്ങളെക്കുറിച്ച് ചിന്തിച്ചിട്ടുണ്ട്. ചില ഗോപുരങ്ങൾ സന്ദർശിച്ചിട്ടുണ്ട്. ചിലതിനെക്കുറിച്ച് വായിച്ചിട്ടുണ്ട്. ഗോപുരങ്ങളെക്കുറിച്ച് ചിന്തിക്കുമ്പോൾ ചിലപ്പോൾ എനിക്ക് അയ്യപ്പപണിക്കർ സാറിനെ ഓർമ്മ വരും. ബ്രഡും പാലുമൊക്കെ നിറച്ച പ്ലാസ്റ്റിക് കവറുമായി വഴുതക്കാടുനിന്ന് ഗാന്ധിനഗറിലെ വീട്ടിലേക്ക് നടന്നുപോകുമ്പോൾ പണിക്കർസാർ ഏകാന്തതയുടെ ഒരു ശിഖരമാണ്. അപ്പോൾ അദ്ദേഹം ചിന്തിച്ചിരുന്നത് എന്തായിരിക്കാം."

"ജീവിതമെന്നാൽ വെറുമൊരോർമ്മ മാത്രമാണെന്ന് ഞാൻ മറന്നു.

മറവിയും ഒരുതരം ഓർമ്മയല്ലേ." – എന്ന മട്ടിൽ സന്ദേഹിക്കുകയായിരിക്കുമോ?

അല്ലെങ്കിൽ "നഗ്നതാരങ്ങൾ തങ്ങളിൽ പുൽകുന്നു, സ്നിഗ്ദ്ധസൂക്ഷ്മമാം കൈകാൽ വലകളാൽ" എന്ന് സ്വപ്നം കാണുകയാവാം.

"...നീയില്ലെങ്കിൽ നിൻ വ്രതഭക്തിയില്ലെങ്കിൽ ഈ ശ്യാമകൃഷ്ണൻ വെറും കരിക്കട്ട." എന്ന സത്യദർശനം നടത്തുകയാവാം. വിദൂരദേശങ്ങളിലും ഭാഷകളിലുമുള്ള കവികളും കവിതകളുമൊത്ത് സ്വപ്നസഞ്ചാരം നടത്തുകയാവാം.

"എന്റെ ദിനരാത്രങ്ങളെ പിടിച്ചുലച്ച അസ്വസ്ഥതകളേ, എന്നെ കണ്ടാൽ നിങ്ങൾ തിരിച്ചറിയുമോ?" എന്നിങ്ങനെ ആശാൻ കവിതകളിൽ അസ്വസ്ഥനാവുകയാവാം. അന്തർസന്നിവേശം പോലെയുള്ള സങ്കല്പങ്ങളിലൂടെ അലയുകയാവാം.

കൈയിൽ പ്ലാസ്റ്റിക് കവറുമായി കടന്നുപോകുന്ന വെറുമൊരു സഞ്ചാരി. ഏകാന്തതയുടെ അകലങ്ങളിലും കാലങ്ങളിലും തട്ടിത്തിളങ്ങുന്ന ആ ഗോപുരം അങ്ങനെ സഞ്ചരിച്ചുകൊണ്ടിരുന്നു. ഇപ്പോഴും സഞ്ചരിച്ചുകൊണ്ടിരിക്കുന്നു.

അവൾ: "പണിക്കർ സാറിനെക്കുറിച്ച് നിങ്ങൾ പറഞ്ഞു. ഇപ്പോൾ ഞാൻ ഓർമ്മിക്കുന്നത് സാഫോയെക്കുറിച്ചാണ്. കാലത്തിലൂടെ എന്റെ സ്വപ്നങ്ങളിലേക്ക് തുഴഞ്ഞെത്താറുള്ള പ്രണയത്തിന്റെ ഗോപുരമാണ് അവൾ. ലെസ്ബോസ് ദ്വീപിന്റെ വിദൂരതയിൽനിന്നും എന്റെ സ്വപ്നങ്ങളിലേക്ക് ഒരു തോണിയിലെന്നപോലെ അവൾ വന്നു. സ്നേഹത്തിന്റെ മൃദുവായ വിരലുകൾകൊണ്ട്, വസ്ത്രങ്ങളുടെ ഭാരത്തിൽനിന്ന് അവൾ എന്നെ മോചിപ്പിച്ചു. അവളുടെ കൈകളിൽ ശയിക്കുമ്പോൾ സ്നേഹ

ത്തിന്റെ ഭാരമല്ലാതെ മറ്റൊന്നും ഞാൻ അറിയുന്നില്ലായിരുന്നു. മഞ്ഞിൻ തുള്ളികൾ എന്നെ നനയിച്ചു. കടൽത്തീരത്തെ തിളക്കമുള്ള മണൽത്തരികൾ എന്റെ ശരീരത്തിൽ പറ്റിപ്പിടിച്ചു. അവൾ എന്റെ ശരീരത്തിൽ തേൻപുരട്ടുകയും എന്റെ ഓരോ അറയും തേൻകൊണ്ട് നിറയ്ക്കുകയും ചെയ്തു. ആ തേൻതുള്ളികൾ നക്കിത്തുടച്ച് സ്നേഹത്തിന്റെ പട്ടുമെത്ത വിരിച്ച് കളിയോടത്തിൽ എന്നെ കിടത്തി. പിന്നെ പ്രണയത്തിന്റെ ഉൾക്കാടുകളിലേക്ക് ഒരു ഹിംസ്രജന്തു ഇരയെ എന്നപോലെ എന്നെ വലിച്ചിഴച്ചുകൊണ്ടുപോയി. സ്നേഹംകൊണ്ടും വേദനകൊണ്ടും ഞാൻ തളരുകയും വിതുമ്പുകയും ചെയ്തപ്പോൾ അവൾ തീവ്രസ്നേഹത്താൽ വിജൃംഭിതയായി. അവൾ എനിക്കുള്ളിൽ പ്രവേശിച്ചു. അപ്പോൾ കാലത്തിന്റെ പഥത്തിലെ അനന്തതയിൽ ഞങ്ങളുടെ പ്രണയഗോപുരം ദീപ്തമായി.”

എന്റെ കണ്ണുകളിലേക്ക് നോക്കി അവൾ പാടി:

“പണ്ടെന്നപോലെ ഇനിയും വരു!
അകലെ നിന്നെൻ നാദം കേട്ടതും
അതു നുകരുവാൻ നീ വന്നതും
നിൻ പിതാവിൻ സ്വർണമന്ദിരം നീ വെടിഞ്ഞതും....
നിൻ രഥത്തിന്റെ വേഗത!
സുന്ദരി തത്തകൾ നയിച്ചിടും ആ രഥം
ഈ ഇരുളാർന്ന ഭൂമിയിൽ
നിന്നെയും പേറി വീണ്ടുമെത്തട്ടെ.
പുണ്യശാലിനി നീയണഞ്ഞിടു.
കാലത്തിൽ നിഴൽപാളി വീഴാത്ത
നിൻ മുഖത്തെ മൃദുസ്മേരത്തോടെ!”

അയാൾ: “കെ ജയചന്ദ്രനെ അറിയാമോ? ജയചന്ദ്രൻസാർ. കോളേജിൽ അദ്ദേഹം എന്നെ ഗണിതശാസ്ത്രം പഠിപ്പിച്ചു. കഥകൾ എഴുതുമായിരുന്നു. പന്ത്രണ്ടിലധികം പുസ്തകങ്ങൾ പ്രസിദ്ധീകരിച്ചു.സ്വന്തം രചനകളെക്കുറിച്ചും മനുഷ്യജീവിതത്തിന്റെ ആകുലതകളെക്കുറിച്ചും അദ്ദേഹം സദാ ചിന്തിച്ചുകൊണ്ടിരുന്നു. മലയാളത്തിലെ പ്രധാന പ്രസിദ്ധീകരണങ്ങളിലെല്ലാം അദ്ദേഹം എഴുതി. മാതംഗി എന്ന സ്നാനഘട്ടം പോലെ അതിസൂക്ഷ്മവും ശില്പസൗന്ദര്യവും തുടിക്കുന്നതുമായ കഥകൾ അദ്ദേഹത്തിന്റേതാണ്. സ്വന്തം കഥകൾ ആരും വായിക്കാറില്ലെന്നും മലയാള സാഹിത്യരംഗത്തെ ആചാര്യന്മാർ തന്നെ ബോധപൂർവ്വം അവഗണിക്കുകയാണെന്നും അദ്ദേഹം കരുതി.”

പരാതിക്കാരിയായ ഒരു വൃദ്ധയെപ്പോലെ അദ്ദേഹം സാഹിത്യലോകത്തോട് പരിഭവിച്ചു.

പക്ഷേ, മരണത്തിനു തൊട്ടുമുമ്പുള്ള ദിവസം കണ്ടപ്പോൾ മറ്റൊരു തരത്തിലാണ് അദ്ദേഹം സംസാരിച്ചത്. എല്ലാ കഥകളും എല്ലാ കഥാകാരന്മാരും കാലത്തിന്റെ കുത്തൊഴുക്കിൽ ഇല്ലാതാകുമെന്ന് ജയചന്ദ്രൻ

സാർ പറഞ്ഞു. "ഒരു നൂറ്റാണ്ട് പിന്നിലേക്ക് നോക്കൂ. എത്ര സാഹിത്യകാരന്മാരുണ്ട് ബാക്കി ശേഷിക്കുന്നവരായി. കുറച്ചുകൂടി അകലേക്ക് നോക്കിയാലോ, ഷേക്സ്പിയറെപ്പോലെ ഏതാനും പേർ മാത്രം അവശേഷിക്കുന്നു. പിന്നെ വാല്മീകിയെപ്പോലെയും വേദവ്യാസനെപ്പോലെയും ചിലർ. അവർ പോലും കാലത്തിന്റെ വലിയൊരു ഒഴുക്കിൽ ഇല്ലാതാവാം. അപ്പോൾ പിന്നെ, ഞാനും ഇപ്പോൾ അംഗീകരിക്കപ്പെടുന്ന മറ്റു സാഹിത്യകാരന്മാരും തമ്മിൽ എന്തുണ്ട് വ്യത്യാസം!" തെളിഞ്ഞ ചിരിയായിരുന്നു ആ മുഖത്ത്. സമ്മർദ്ദങ്ങളിൽ നിന്ന് മോചിതനായ ഒരാളുടെ ചിരിയാണതെന്ന് ഞാൻ അറിഞ്ഞു.

പാലോട്ടുകോണം റോഡിലുള്ള സാറിന്റെ വീടിനുമുന്നിൽ അന്നത്തെ സന്ധ്യയിൽ എനിക്കഭിമുഖമായി ഉയർന്നു നിന്നിരുന്നത് ഒറ്റക്കല്ലിൽ പണിതുയർത്തിയ ഒരു മഹാഗോപുരമായിരുന്നു. ആ ഗോപുരത്തെ തഴുകി വന്ന കാറ്റിൽ എന്നിലെ പരിഭവങ്ങൾ അലിഞ്ഞലിഞ്ഞ് ഇല്ലാതായി.

ആ സംഭവം കഴിഞ്ഞ് ഏതാനും ദിവസങ്ങൾക്കം അദ്ദേഹം മരിച്ചു. ആ മഹാഗോപുരത്തെ തഴുകി വരുന്ന കാറ്റ് പിന്നെ ഒരിക്കലും എനിക്ക് അനുഭവിക്കാനായില്ല.

അവൾ: "സാധാരണക്കാരായ മനുഷ്യരും ചിലപ്പോൾ ഗോപുരങ്ങളായി മാറിയേക്കാം. അത്തരം ഗോപുരങ്ങൾ പ്രകാശത്തരികളാൽ അലംകൃതമായിക്കൊള്ളണമെന്നില്ല. അങ്ങനെയൊരു കാഴ്ചയ്ക്ക് പഴയ മദിരാശിയിലെ മൂർ മാർക്കറ്റിനരികിലുള്ള തെരുവിൽ വച്ച് ഞാൻ സാക്ഷിയായിട്ടുണ്ട്."

തൊഴിലാളികളും അഴുക്കും തിരക്കുമൊക്കെ കുടിക്കുഴയുന്ന ആ തെരുവിൽ ഒരു വിനോദയാത്ര സംഘത്തിലെ അംഗമായി ഞാൻ നില്ക്കുകയായിരുന്നു. തെരുവിൽ തൊഴിലാളികൾക്കിടയിൽ എന്തോ കശപിശ. നേതാവിനെപ്പോലെ തോന്നിച്ച ഒരാൾ അവർക്കിടയിൽ ഉണ്ടായിരുന്നു. എന്നാൽ അയാൾക്ക് രണ്ടു കാലുകളും നഷ്ടപ്പെട്ടുപോയിരുന്നു. പൗരുഷം സ്ഫുരിക്കുന്ന കണ്ണുകൾക്കും ശരീരത്തിലെ ശക്തമായ മാംസപേശികൾക്കും തകരാറൊന്നുമില്ലായിരുന്നു. ഒരു പീഠത്തിൽ രാജാവിന്റെ തലയെടുപ്പോടെ അയാൾ ഇരിക്കുകയായിരുന്നു.

കശപിശക്കാർക്കിടയിലേക്ക് അയാളുടെ രൂക്ഷമായ കണ്ണുകൾ കടന്നുചെന്നു. ഒരാളെ അയാൾ കൂട്ടത്തിനിടയിൽനിന്ന് അരികിലേക്ക് വിളിപ്പിച്ചു. കറുത്തനായ ഒരു ചെറുപ്പക്കാരനെയാണ് അയാൾ ആജ്ഞാശക്തിയോടെ അരികിലേക്ക് വിളിച്ചത്. നടക്കാൻ കാലുകൾപോലുമില്ലാത്ത അയാളുടെ ആജ്ഞാശക്തിയെ, ചെറുപ്പക്കാരന് മറികടക്കാനായില്ല. പരുങ്ങിപ്പരുങ്ങി ഒരു കുറ്റവാളിയെപ്പോലെ, ചെറുപ്പക്കാരൻ അയാൾക്കുമുന്നിൽ ചെന്നു. അപ്പോൾ നേതാവ് കരുത്ത് കൈകളിലാവാഹിച്ച് ചെറുപ്പക്കാരന്റെ മുഖമടച്ച് മൂന്നോ നാലോ അടികൊടുത്തു. എതിർപ്പൊന്നുമില്ലാതെ ചെറുപ്പക്കാരൻ ആ താഡനങ്ങൾ ഏറ്റുവാങ്ങി.

ആ ദൃശ്യം തീർച്ചയായും ഒരു ഗോപുരദൃശ്യമായിരുന്നു. കരിങ്കല്ലിന്റെ

ഗോപുരം. പായൽ പിടിച്ചതും പരുക്കനുമായ ഗോപുരം.

കൽമണ്ഡപത്തിലിരുന്ന് പാടിക്കൊണ്ടിരുന്ന ട്രാൻസിസ്റ്ററിൽനിന്നും ഇപ്പോൾ കേൾക്കുന്നത് ഒരു പ്രഭാഷകന്റെ ശബ്ദമാണ്.

പ്രഭാഷകൻ പറയുന്നു: "കാലത്തിന്റേയും ചരിത്രത്തിന്റേയും വഴികളിൽ അനേകം ഗോപുരങ്ങൾ ഉണ്ട്. കുത്തബ്മീനാർ അത്തരത്തിലുള്ള ഒരു ഗോപുരമാണ്. കുത്തബ്ദീൻ എന്ന ഭരണാധികാരി എ.ഡി അഞ്ചാം നൂറ്റാണ്ടിൽ ഗോപുരം പണിതുയർത്തി. 72.5 മീറ്റർ ഉയരമുള്ള ഗോപുരം ഇരുമ്പുകൊണ്ട് നിർമ്മിക്കപ്പെട്ടതാണ്. എന്നാൽ അതിന്മേൽ കാലത്തിനോ കാറ്റിനോ, തുരുമ്പിന്റെ നേരിയ അടയാളം പോലും വീഴ്ത്തുവാനായിട്ടില്ല. ഇപ്പോൾ അതിന്റെ പതിനഞ്ചു മീറ്ററിനപ്പുറമുള്ള ഉയരങ്ങളിലേക്ക് വിനോദസഞ്ചാരികളെ കടത്തിവിടാറില്ല. ഗോപുരത്തിന്റെ ഏകാന്തതയും തണുത്ത ലോഹനിർമ്മമതയും അവിടെ നിശ്ശബ്ദമാകുന്നു."

ഇറ്റലിയിലെ പിസാ നഗരത്തിലെ ഭദ്രാസന സമുച്ചയത്തിലെ നാഴികമണിഗോപുരം, പിസയിലെ ചെരിഞ്ഞ ഗോപുരം എന്ന പേരിൽ ലോകപ്രസിദ്ധമാണ്. സഞ്ചാരികളെയും ചരിത്രകാരന്മാരേയും ഈ ഗോപുരം വിസ്മയിപ്പിക്കുന്നു. 1173 ൽ ഗോപുരത്തിന്റെ നിർമ്മാണം തുടങ്ങി. നൂറ്റാണ്ടുകൾക്കിപ്പുറം 1350 ൽ 55.86 മീറ്റർ ഉയരമുള്ള ഗോപുരത്തിന്റെ പണി പൂർത്തിയായി. ലംബാവസ്ഥയിൽ നിന്ന് 5.5 ഡിഗ്രി ചെരിഞ്ഞ് ചരിത്രത്തിന്റെ അച്ചുതണ്ടുപോലെ അത് ഭൂമിക്കുമേൽ ഉയർന്നുനില്ക്കുന്നു. ചരിത്രവും മനുഷ്യരും അതിനുചുറ്റും പ്രദക്ഷിണംവെക്കുന്നു. ഒരു പള്ളിമണി ഗോപുരം എങ്ങനെയാണ് ചരിത്രത്തിലേക്കുയർന്നത്, അല്ലെങ്കിൽ ചെരിയുന്നത് എന്ന് പിസയിലെ ഗോപുരം പറയുന്നു. ബോണോന്നോ പിസാനോ എന്ന വാസ്തു ശില്പിയുടെ കണക്കുകൂട്ടലിൽ സംഭവിച്ച ചില പിഴവുകളാവാം നാഴികമണി ഗോപുരത്തെ വിശ്വവിസ്മയമാക്കി മാറ്റിയത്. ചിലപ്പോൾ ചില തെറ്റുകൾ ഉജ്ജ്വലവും മുഴങ്ങുന്നതുമായ സത്യമായി പരിണമിക്കുന്നതിനെക്കുറിച്ച്, പിസയിലെ ഗോപുരം ബോണോനോ പിസാനോ എന്ന വാസ്തുശില്പിയോട് മന്ത്രിക്കുന്നു.

ഐഫൽഗോപുരം എന്നറിയപ്പെടുന്ന ചരിത്രഗോപുരത്തിന് 300 മീറ്റർ ഉയരമാണുള്ളത്. 1888 ൽ നിർമ്മിക്കപ്പെട്ട ഈ ഗോപുരം 1330 ൽ കിസ്ലർ മന്ദിരം പണിയുവോളം ലോകത്തിലെ ഏറ്റവും ഉയരമുള്ള മന്ദിരമായിരുന്നു. ഇപ്പോൾ ലോകത്തിലെ ഏറ്റവും ഉയരമുള്ള അംബരചുംബി തായ്വാനിലാണുള്ളത്. തായ്പേയ് 101 എന്ന 509 മീറ്റർ ഉയരമുള്ള മന്ദിരം പണി തീർന്നത് 2004 ൽ ആണ്.

ചിക്കാഗോയിൽ സിയേഴ്സ് ഗോപുരമെന്ന അംബരചുംബിയുടെ നിർമ്മാണം 1970 ൽ ആരംഭിച്ചു. 108 നിലകളും 442 മീറ്റർ ഉയരവുമുള്ള സിയേഴ്സ് ഗോപുരത്തിന്റെ നിർമ്മിതി 1992 ൽ പൂർത്തിയായി. അപ്പോൾ ലോകത്തിലെ ഏറ്റവും ഉയരംകൂടിയ മന്ദിരമായിരുന്നു അത്. മുകളിൽ സ്ഥാപിച്ചിരിക്കുന്ന ടെലിവിഷൻ ടവറുകളുടെ ഉയരംകൂടി കണക്കിലെടുക്കുമ്പോൾ സിയേഴ്സ് ഗോപുരത്തിന് 527 മീറ്റർ ഉയരമുണ്ട്.

കോലാലംപൂരിലെ ഇരട്ടഗോപുരമെന്ന് പ്രസിദ്ധമായ പെട്രോണാസ് ഗോപുരത്തിന്റെ ഉയരം 452 മീറ്ററാണ്. 1998 ൽ ഈ അംബരചുംബിയുടെ നിർമ്മാണം പൂർത്തിയാകുന്നതുവരെ സിയേഴ്സ് ഗോപുരമായിരുന്നു ഏറ്റവും ഉയരം കൂടിയ മന്ദിരം.

ഒരു അംബരചുംബി മറ്റൊരു അംബരചുംബിയെ മറികടക്കുന്നു. ഒന്ന് മറ്റൊന്നിനുമേൽ ആധിപത്യം സ്ഥാപിക്കുന്നു.

ന്യൂയോർക്കിലെ ഫ്രീഡംടവർ തുടങ്ങി നിരവധി അംബരചുംബികൾ ഇനിയുമുണ്ട്. വീണ്ടും അംബരചുംബികൾ നിർമ്മിക്കപ്പെട്ടുകൊണ്ടേയിരിക്കുന്നു. 800 മീറ്റർ ഉയരം പ്രതീക്ഷിക്കുന്ന ദുബൈയിലെ ബുർജ ദുബൈ 2008 ലും 610 മീറ്റർ ഉയരമുള്ള ചിക്കാഗോയിലെ ഫോർദ്ഫെയർ 2009 ലും നിർമ്മിക്കപ്പെടും.

അംബരചുംബികളുടെ എണ്ണം പെരുകുന്നു. 600 മീറ്ററിനു മുകളിൽ ഉയരമുള്ള ആകാശഗോപുരങ്ങൾ. അവയ്ക്കു മുകളിലുള്ള ടെലിവിഷൻ ടവറുകൾ. അഞ്ഞൂറുമറുന്നൂറും കഴിഞ്ഞ് ഉയരങ്ങളിലേക്ക് കുതിക്കുകയാണ് വാസ്തുശില്പികളുടെ സ്വപ്നങ്ങൾ.

കുത്തബ്മീനാറും ഐഫൽ ഗോപുരവും പിസയിലെ ഗോപുരവുമൊക്കെ എത്ര ചെറുത്! എന്നാൽ, കാലത്തിന്റെ നിരന്തരസ്പർശം അവയെ ഉയരങ്ങളിലേക്ക് ഉയർത്തുന്നു.

ട്രാൻസിസ്റ്ററിലെ പ്രഭാഷകനുമേൽ ശബ്ദമുയർത്തികൊണ്ട്, ഇരുട്ടിൽ തിളങ്ങുന്ന മൂക്കുത്തിയണിഞ്ഞവൾ പറഞ്ഞു: ആകാശത്തിലേക്കുയർന്നു നില്ക്കുന്ന പ്രകാശഗോപുരങ്ങൾ മാത്രമല്ല കാലത്തെയും ചരിത്രത്തെയും പിളർന്നുയരുന്നത്. ഏതൊരു പ്രകാശഗോപുരത്തെക്കാളും തീക്ഷ്ണമാണ് ഹിമാലയത്തിലെ ശൈത്യ സൗന്ദര്യമുയർത്തുന്ന എവറസ്റ്റ്. ഹിമാലയത്തിലെ വലുതും ചെറുതുമായ നിരവധി ശൃംഗങ്ങൾ!

അയാൾ: "അനന്തമായ സഹാറ മരുഭൂമി ഭൂമിയിലമർന്നുകിടക്കുന്ന ഒരു ഗോപുരമാണ്. കലങ്ങിയൊഴുകുന്ന ഗംഗ ഉടഞ്ഞൊലിക്കുന്ന ഗോപുരമാണ്. ചൈനയിലെ വൻമതിൽ ചരിത്രഗോപുരത്തിന്റെ അനന്തമായ ഇടനാഴിയാണ്."

അവൾ : "ചെറുതും വലുതുമായ ഗോപുരങ്ങൾ. കാറ്റിനൊപ്പം സഞ്ചരിക്കുന്നതും കാറ്റിനെ നിയന്ത്രിക്കുന്നതുമായ ഗോപുരങ്ങൾ. ദൃശ്യവും അദൃശ്യവുമായ ഗോപുരങ്ങൾ."

അയാൾ: "മനുഷ്യരും മൃഗങ്ങളും പക്ഷികളുമൊക്കെ അതിന്റെ ജീവിതംകൊണ്ട് ചെറുതും വലുതുമുമായ ഗോപുരങ്ങൾ ചമയ്ക്കുന്നു."

അവൾ: "ചിലപ്പോൾ ജീവിതത്തിൽ ഒരു ഗോപുരനിമിഷം പ്രത്യക്ഷപ്പെടും. ചില ജീവിതങ്ങൾ അനേകം ചെറുഗോപുരങ്ങളാൽ കൊരുക്കപ്പെട്ട മാല പോലെ നിശ്ശബ്ദമായിരിക്കും."

അവൾ: "അങ്ങനെയാണെങ്കിൽ പ്രകാശത്തിന്റേയും അന്ധകാരത്തിന്റേയും ഗോപുരങ്ങൾ ഉണ്ടാകണമല്ലോ."

ഇങ്ങനെ അവർ വാക്കുകൾ കൈമാറിക്കൊണ്ടിരിക്കവേ എപ്പോഴോ

ട്രാൻസിസ്റ്ററിന്റെ ശബ്ദം നിലച്ചു. അയാളും അവളും കടലിലെ ഗോപുരവും പിന്നെയും സംസാരിച്ചുകൊണ്ടിരുന്നു.

ക്രമേണ ആ ഗോപുരം അവരിലേക്ക്, അല്ലെങ്കിൽ അവർ ഗോപുരത്തിലേക്ക് ചെന്നു. മൂക്കുത്തിയിലെ പ്രകാശവും ഗോപുരത്തിലെ വെളിച്ചവും കൂടിക്കലർന്നു. സംഭാഷണങ്ങൾ നിലച്ചു. കടലിലെ തിരമാലകൾ അവരിൽ നിറഞ്ഞു.

ഗോപുരത്തിനുള്ളിൽ മൂക്കുത്തിയിലെ വെളിച്ചവും ആ വെളിച്ചത്തെ പുണരുന്ന അയാളുടെ ഗന്ധവും കുറെക്കാലം വ്യതിരിക്തമായി ശേഷിച്ചു. പിന്നെ അതൊക്കെ അപ്രസക്തമായി.

അനേകം മൂക്കുത്തികളുടെ പ്രഭയിൽ ഗോപുരം തിളങ്ങുന്നു.

കാലത്തിന്റെ ഓരത്ത് തിരകളുടെ ആജ്ഞയിൽ ഒലിച്ചുപോകുവോളം ഗോപുരം തിളങ്ങിക്കൊണ്ടേയിരിക്കും. അതുവരെ മാത്രം.

അഞ്ചു പെൺമക്കളെ പുഴയിലെറിഞ്ഞ് കൊന്നശേഷം ആത്മഹത്യ ചെയ്ത ഒരാൾ

ആ മനുഷ്യൻ ആരായിരുന്നുവെന്ന് അധികമാർക്കും അറിഞ്ഞുകൂടായിരുന്നു. എന്നാൽ മരണത്തോടെ അയാൾ എല്ലാവർക്കും പരിചിതനായി മാറി.

അയാൾ താമസിച്ചിരുന്നത് ഒരു കുന്നിൻചെരിവിലായിരുന്നെന്നും അയാളുടെ വാടകവീട് പഴകിപ്പൊളിഞ്ഞതും തകർന്നുകൊണ്ടിരിക്കുന്നതുമാണെന്നും എല്ലാവരും അറിഞ്ഞു. അയാളുടെ ഭാര്യ അഞ്ചു പെൺകുട്ടികളെയും അയാളെയും ഉപേക്ഷിച്ച് ചെറുപ്പക്കാരനായ ഒരാളുമായി ഏതാനും വർഷങ്ങൾക്കുമുമ്പ് ഒളിച്ചോടിയ കാര്യവും എല്ലാവരും അറിഞ്ഞു. ഇതൊക്കെ അയാൾ അടുത്ത കൂട്ടുകാരോടോ ബന്ധുക്കളോടോ പോലും പറയാത്ത രഹസ്യങ്ങളായിരുന്നു. അയാൾ തന്നെയും മറക്കുവാനാഗ്രഹിച്ച കാര്യങ്ങളായിരുന്നു അവ. സത്യത്തിൽ പല കാര്യങ്ങളും അയാൾപോലും മറന്നുകഴിഞ്ഞിരുന്നു.

അവൾ അയാളെ ഉപേക്ഷിക്കുമ്പോൾ ഏറ്റവും ഇളയ മകൾക്ക് മൂന്നുമാസം മാത്രമേ പ്രായമുണ്ടായിരുന്നുള്ളു. കുട്ടികളെ സ്നേഹത്തോടെയും ദുഃഖത്തോടെയും പരിചരിച്ച് ക്രമേണ അയാളുടെ മുഖം ഒരു അമ്മയുടേതുപോലെ ശാന്തമായി മാറിയെന്ന് അയൽവാസികൾ പറയുന്നു. അയാളുടെ ഓർമ്മകളിലും ഇതിന് സമാന്തരമായി പല പരിവർത്തനങ്ങളും സംഭവിച്ചിരിക്കാം. അയാളുടെ ഭാര്യയുടെ രൂപം ഓർമ്മകളിൽ നിന്നുപോലും ഇല്ലാതായി എന്നതും സംഭവ്യമത്രേ.

അങ്ങനെ സംഭവിച്ചെങ്കിൽ എന്ന് കഥയെഴുതുന്ന ഈ ഞാൻ അറിയാതെ പ്രാർത്ഥിച്ചുപോകുന്നു. സ്വൈരതയോടെ ആ അഞ്ചു പെൺകുട്ടികളെയും പരിപാലിക്കാൻ ഓർമ്മകൾ ഇല്ലാതാകുന്നതാണ് നല്ലത്.

മഴയും മിന്നൽപ്പിണരും പൊട്ടിത്തെറിക്കുന്ന ഒരു രാത്രിയായിരുന്നു

അത്. കാറ്റ് വീശിക്കൊണ്ടിരുന്നു. മരച്ചില്ലകൾ ഒടിഞ്ഞുവീഴുന്നതിന്റെ ഒച്ചയും ഇടിമുഴക്കങ്ങളുടെ ഒച്ചയുമൊക്കെ ഞെട്ടികലർന്നിരുന്നു. ഒന്നും ശാന്തമായിരുന്നില്ല. ആകാശത്തിന്റെ സുഷിരങ്ങളിൽ നിന്നല്ല, ആകാശം പിളർന്നാണ് മഴ പെയ്യുന്നതെന്ന് മലഞ്ചെരിവിലെ കുടിലിലിരുന്ന് അയാൾ ചിന്തിച്ചു.

മച്ചിലൂടെയും അടർന്ന പാളികളുള്ള ജാലകങ്ങളിലൂടെയും മഴവെള്ളവും മിന്നൽവെളിച്ചവും ആ വീടിനെ വിറപ്പിച്ചു. മഴവെള്ളമില്ലാത്ത ഒരിടത്തിനുവേണ്ടി അഞ്ചു പെൺകുട്ടികളും വെറുതെ പരതി.

പതിനാറു വയസ്സുള്ള മൂത്തമകൾ ആരതി, അവളുടെ പിഞ്ഞിയതും നിറം മങ്ങിയതുമായ പാവാട ഒതുക്കിപ്പിടിച്ച് മഴവെള്ളമില്ലാത്ത ഒരു മൂലയ്ക്ക് കുത്തിയിരിക്കുകയായിരുന്നു. അവൾ മറ്റു കുട്ടികളിൽ നിന്നകന്ന്, ഏകാകിനിയായി എന്തോ ഓർമ്മിക്കുകയായിരുന്നു. അവളുടെ മനസ്സിലും മഴ തകർത്തു പെയ്യുന്നുണ്ടായിരുന്നു.

ആ ദിവസത്തെ മദ്ധ്യാഹ്നം വെയിലിന്റെ തീക്ഷ്ണതയാൽ നിബിഡമായിരുന്നു. കുന്നിൻചെരിവിലൊരിടത്തും ഒരു നിഴൽപോലും ഉണ്ടായിരുന്നില്ല. അച്ഛൻ ജോലി തേടിയും അനുജത്തിമാർ സ്കൂളിലേക്കും രാവിലെതന്നെ പോയിക്കഴിഞ്ഞിരുന്നു. മച്ചിലൂടെ മുറിക്കുള്ളിൽ പതിച്ച വെട്ടത്തിന്റെ വലിയ വൃത്തത്തിൽ നോക്കി ആരതി ഇരിക്കുകയായിരുന്നു. അവൾക്ക് ദാഹിക്കുന്നുണ്ടായിരുന്നു. അലുമിനിയം പാത്രത്തിലെ തണുത്ത വെള്ളം അവൾ കുടിച്ചു. ആ വെള്ളത്തിന് പാത്രത്തിന്റെ വരണ്ട രുചി ഉണ്ടായിരുന്നു. അവൾക്ക് വിശന്നു. ഒന്നും ശേഷിക്കുന്നില്ലെന്ന് അറിയാമായിരുന്നെങ്കിലും അടച്ചുവെച്ച ചട്ടികളിൽ അവൾ വെറുതെ പരതി. അവളുടെ കണ്ണുകളിൽ കണ്ണുനീർ അനാഥമായി. അപ്പോഴാണ് വലിയൊരു ചുഴലി താഴ്‌വാരത്തിൽ നിന്ന് മലമുകളിലേക്ക് വീശിപ്പടർന്നത്. അടർന്ന ജാലകപ്പാളിയിലൂടെ വേനലിൽ പറന്നുയരുന്ന കരിയിലകൾക്കും പൊടിപടലങ്ങൾക്കും അവൾ സാക്ഷിയായി.

താഴ്‌വാരത്തിൽനിന്നും വല തോളിൽ തൂക്കിയ ഒരു മനുഷ്യൻ കാറ്റിനൊപ്പം നടന്നുവരുന്നുണ്ടായിരുന്നു. വിശപ്പും ദാഹവും കാറ്റുമൊക്കെ ആരതിയെ ഒരിക്കൽ കൂടി ദുർബ്ബലയാക്കി. ഒച്ചയില്ലാതെ അവൾ കരഞ്ഞു.

ആരതി, നീ കരയരുതെന്ന്, ആദ്യം അവളെ ആശ്വസിപ്പിച്ചില്ല. ഇനി ആരെങ്കിലും ആശ്വസിപ്പിച്ചെങ്കിൽതന്നെ, ആ ആശ്വാസവാക്കുകൾ അവളിൽ എത്തിയില്ല. കാറ്റിനെയും വെയിലിനെയും വല തോളിൽ തൂക്കിയ മനുഷ്യനെയും അവൾ ഓർമ്മിക്കുന്നുണ്ട്. ക്രമേണ ഓർമ്മ ബധിരവും മൂകവും അന്ധവും ആയിത്തീർന്നു. ചൂടുപിടിച്ച നിലത്തേക്ക് അവൾ വാടിവീണു.

അതാണ് ആരതിയുടെ ജീവിതത്തിലെ അവസാന മദ്ധ്യാഹ്നമെന്ന്, അവളോ കാറ്റോ വെയിലോ വല തോളിൽ തൂക്കി നടന്നുവന്ന ആ മനുഷ്യനോ അറിഞ്ഞിരുന്നില്ല.

കുന്നിൻചെരിവിലെ വീട്ടിൽ അന്ന് രാവിലെ ആദ്യം ഉണർന്നെഴു

ന്നേറ്റത് അയാൾ ആയിരുന്നു. അഞ്ചുപെൺകുട്ടികളുടെ അച്ഛനായ അയാൾ, ഉറക്കപ്പായിലിരുന്ന് അന്നത്തെ ദിവസത്തെക്കുറിച്ച് ചിന്തിക്കുവാൻ തുടങ്ങി.

അപ്പോൾ ഒരു ബുൾഡോസർ താഴ്‌വരയിൽ പ്രത്യക്ഷപ്പെട്ടു. അത് ലക്ഷ്യമില്ലാത്ത ഒരു കാട്ടുജന്തുവിനെപ്പോലെ താഴ്‌വാരത്തിൽ നിന്ന് മലഞ്ചെരിവിലൂടെ ഇഴയുവാൻ തുടങ്ങി. ഇടയ്ക്കിടെ മണ്ണ് കോരിയെടുക്കുകയും എവിടെയൊക്കെയോ നിക്ഷേപിക്കുകയും ചെയ്തു.

അഞ്ചു പെൺകുട്ടികളുടെ പിതാവായ ആ മനുഷ്യൻ അതുകണ്ട് കാരണമില്ലാതെ പേടിച്ചു. സത്യത്തിൽ പേടി കാരണം അയാളുടെ അടിവസ്ത്രവും കിടക്കപ്പായും കുറച്ച് നനയുകപോലും ചെയ്തു. ഈയിടെ മൂത്രം നിയന്ത്രിക്കുവാൻ കഴിയുന്നില്ലല്ലോയെന്ന് അയാൾ നനഞ്ഞ കണ്ണുകളോടെ ചിന്തിച്ചു. എന്തിനാണ് അയാളുടെ കണ്ണുകൾ നനഞ്ഞത്? അയാളുടെ അടിവസ്ത്രവും പായയും നനഞ്ഞത്?

അയാൾക്ക് ജീവിതം നഷ്ടപ്പെടുകയാണോ? ഭാര്യ ഉപേക്ഷിച്ചുപോയതിനാൽ, ലിംഗം അപ്രസക്തമാണെന്നും ഉപയോഗശൂന്യമാണെന്നുമുള്ള ചിന്തയുടെ മാനസിക വിശദീകരണമാണോ മൂത്രത്തെ നിയന്ത്രിക്കുന്ന ശരീരാവയവങ്ങളെ നിർവ്വികാരമാക്കിയത്? ആർക്കറിയാം? ആർക്കാണ് ഇതൊക്കെ അറിയേണ്ടതായുള്ളത്!

അതാണ് അയാളുടെ അവസാനപ്രഭാതമെന്ന് ആ മനുഷ്യൻ അറിഞ്ഞില്ല. തളർന്നുറങ്ങുന്ന അഞ്ചു പെൺമക്കളും ആ കാര്യം അറിഞ്ഞില്ല. അവർ കുറച്ചുകൂടി ഉറങ്ങിക്കൊള്ളട്ടെ, എന്ന ഔദാര്യത്തോടെ പിഞ്ഞിയ പുതപ്പുകൊണ്ട് പിതാവ് കുട്ടികളെ പുതപ്പിച്ചു. ഉറക്കത്തിൽ മാറിക്കിടന്ന അവരുടെ പാവാടകൾ സ്നേഹത്തോടെ അയാൾ ശരിയാക്കി വച്ചു.

അപ്പോൾ പിന്നെയും അയാളുടെ കണ്ണുകൾ നനഞ്ഞു. താഴ്‌വാരങ്ങളിലെ കെട്ടിടങ്ങളിലെ ടി വികളിൽ പലനിറമുള്ള പ്രഭാത പരിപാടികൾ ആരംഭിച്ചുകഴിഞ്ഞിരുന്നു. ആരായിരിക്കാം ഇന്നത്തെ അതിഥിയെന്ന ആകാംക്ഷയുമായി ചാനലുകളിലൂടെ പലരും സഞ്ചരിച്ചു.

അയാളുടെ മനസ്സിൽ അന്നെങ്കിലും ആരെങ്കിലും ജോലിക്ക് വിളിച്ചെങ്കിലെന്ന ചിന്ത അപ്പോഴേക്കും വളർന്നു കഴിഞ്ഞിരുന്നു.

ഏഴാം ക്ലാസിലാണ് അശ്വതിയും ശാരികയും. അശ്വതി കഴിഞ്ഞ വർഷം ഏഴിൽ തോറ്റതോടെ അവളും ശാരികയും ഒരേ ക്ലാസിലായി, വേറെ വേറെ ഡിവിഷനുകളിലാണെന്ന കാര്യം അശ്വതിക്ക് കുറഞ്ഞതോതിലെങ്കിലും ആശ്വാസം നല്കി. ഇല്ലെങ്കിൽ രണ്ടുപേരും ഒരേ ക്ലാസിലിരുന്ന് പഠിക്കേണ്ടി വന്നേനെ.

ചോദ്യങ്ങൾക്ക് ഉത്തരം പറയാതിരിക്കുമ്പോഴും ഗൃഹപാഠം ചെയ്യാതിരിക്കുമ്പോഴുമൊക്കെ ക്ലാസിൽ പതറി നില്ക്കേണ്ടിവരും. അപ്പോൾ കൂടെ അനുജത്തി ഉണ്ടാവാതിരിക്കുന്നതാണ് നല്ലത്. പലതരം പരിഹാസങ്ങളേറ്റ് പുളയുന്നത് വീട്ടിലുള്ളവർ എന്തിനറിയണം.

അശ്വതിക്ക് സ്കൂൾ എന്നത് നിരന്തരമായ അപമാനങ്ങളുടെ ഒരു

ലോകം മാത്രമാണ്. സമുദ്രമദ്ധ്യത്തിൽ ഉപേക്ഷിക്കപ്പെട്ട ഒരു സഞ്ചാരിയെപ്പോലെ മറുകരയറിയാതെ അവൾ വിഷമിച്ചു. എന്നാണ് സ്കൂളിലെ ഈ പീഡനം അവസാനിക്കുക? എന്നാണ് ചോദ്യങ്ങൾക്ക് കൃത്യമായി ഉത്തരം പറയാനാവുക? ഗൃഹപാഠങ്ങൾ തെറ്റാതെ ചെയ്യാനൊക്കുക?

വഴിയോരത്തെ മോടിയിലുള്ള കെട്ടിടങ്ങൾപോലെ, തുടുത്ത കാലുകളുള്ള ആൺകുട്ടികളെപ്പോലെ, എല്ലാം അകലങ്ങളിൽ മാത്രമാണ്.

സത്യത്തിൽ ശാരികയുടെ കഥയും മറ്റൊന്നല്ല. ഇതുവരെ ഒരു ക്ലാസിലും തോറ്റിട്ടില്ലെങ്കിലും, അത് ഏത് നിമിഷത്തിലും സംഭവിക്കാവുന്നതാണെന്ന് അവൾക്കറിയാം. ശാരികയും സമുദ്രമദ്ധ്യത്തിൽ ഉപേക്ഷിക്കപ്പെട്ട ഒരു സഞ്ചാരി തന്നെ.

ഉച്ചനേരത്തെ ഇടവേളയിൽ ക്ലാസിൽ നിന്ന് പുറത്തിറങ്ങിയ അശ്വതി അരണമരത്തിന്റെ ചുവട്ടിൽ എത്തി. അവിടെ ശാരിക ഉണ്ടായിരുന്നു. ഉച്ചഭക്ഷണം കൊണ്ടുവരാത്ത ദിവസങ്ങളിൽ മറ്റു കുട്ടികൾ ഭക്ഷണപ്പൊതി തുറക്കുമ്പോൾ പറക്കുന്ന ഗന്ധങ്ങൾക്കിടയിൽ ക്ലാസ്മുറിയിൽ തലകുനിച്ചിരിക്കുക എളുപ്പമല്ല. അങ്ങനെയുള്ള ദിവസങ്ങളിൽ അരണമരത്തിന്റെ തണലിൽ ചേച്ചിയും അനുജത്തിയും നേരത്തെ പറഞ്ഞുവച്ചിട്ടില്ലെങ്കിലും കണ്ടുമുട്ടാറുണ്ട്.

ആ മദ്ധ്യാഹ്നം അത്തരത്തിലുള്ള ഒരു മദ്ധ്യാഹ്നമാണ്. വിശപ്പിന്റെ നിഴലുകൾ മാത്രം എവിടെയും വാടിത്തളർന്നു കിടക്കുന്ന മദ്ധ്യാഹ്നം.

കണ്ണുകൾക്ക് മുന്നിലെ വെളിച്ചം അണഞ്ഞുപോകുന്നതുപോലെ അശ്വതിക്ക് തോന്നി. എന്നാൽ അക്കാര്യമൊന്നും അവൾ ശാരികയോട് പറഞ്ഞില്ല. ശാരികയ്ക്ക് ശരീരം തളർന്നുപോകുന്നുവെന്നും അടുത്ത നിമിഷത്തിൽ താഴെ വീണുപോകുമെന്നും തോന്നി. എന്നാൽ അക്കാര്യം അവൾ അശ്വതിയോട് പറഞ്ഞില്ല.

ഉച്ചഭക്ഷണം തിടുക്കത്തിൽ നിർവ്വഹിച്ചശേഷം ക്രാഫ്റ്റ് സാറിന്റെ മുറിയിലെ വെളിച്ചം മങ്ങിയ ഏകാന്തതയിലേക്ക് എട്ട് സിയിലെ ബബിത, ചിത്ര എന്നീ കുട്ടികൾ തുന്നൽ പഠിക്കാൻ പോകുന്നതും കാഞ്ചനയും നികിതയും സ്കൂൾ കെട്ടിടത്തിനും പിൻവാതിലിനും ഇടയ്ക്കുള്ള ഇടുങ്ങിയ സ്ഥലത്തേക്ക് രഹസ്യം പറഞ്ഞ് നടന്നുമറയുന്നതും നിഴൽച്ചിത്രങ്ങളായി അവരിൽ പതിച്ചു.

മങ്ങിയ ഈ ചിത്രങ്ങൾ ഇത്തരത്തിലുള്ള അവസാന ചിത്രങ്ങളല്ലെന്ന അറിവിന്റെ, വിശപ്പു മിന്നുള്ള ഇരുൾപ്പടവുകളിലൂടെ അവർ സഞ്ചരിച്ചു.

ഇതേ നിമിഷങ്ങളിൽതന്നെയാണ് സീറ്റ് നിഷേധിക്കപ്പെട്ട രണ്ടു നേതാക്കൾ ക്യാമറയ്ക്കു മുന്നിൽ വിഴുപ്പുഭാണ്ഡം തുറക്കാൻ തുടങ്ങിയത്.

നാലാം ക്ലാസുകാരിയായ ശരണ്യ, രണ്ടാം ക്ലാസുകാരിയായ മാളവിക തുടങ്ങിയ കുഞ്ഞുങ്ങൾക്കും ഇതേപോലെ എന്തെങ്കിലും അനുഭവിക്കേണ്ടിവന്നിട്ടുണ്ടാവാം. ഉച്ചഭക്ഷണം സൗജന്യമായി കിട്ടുമെന്ന

ആശ്വാസമുണ്ട്. എന്നാൽ ദു:ഖത്തിനും ദാരിദ്ര്യത്തിനും അതൊന്നും പരിഹാരമാകുന്നില്ല.

മനുഷ്യൻ ഒരിക്കലും തൃപ്തനാവില്ലെന്നും എല്ലാവർക്കും പ്രശ്നങ്ങൾ ഉണ്ടെന്നും പറഞ്ഞ് കാര്യങ്ങളിൽ നിന്ന് ഒഴിഞ്ഞു മാറുവാൻ ശ്രമിക്കുന്നവർക്ക് മുന്നിലേക്ക് കറുത്തതും പരുപരുത്തുമായ ഒരു തിരശ്ശീല ഞാൻ സവിനയം വിരിച്ചുകൊള്ളട്ടെ. ആ തിരശ്ശീലയ്ക്കപ്പുറത്തുള്ള ഇത്തരം ദൃശ്യങ്ങളിൽ നിന്നും അവർക്ക് ഒഴിവാകാനാവും.

വൈകുന്നേരത്തെ അവസാനത്തെ സ്കൂൾബെൽ മുഴങ്ങുന്നതിനു മുമ്പായി നാലാം ക്ലാസിലെ അനുപമയുടെ പ്രാർത്ഥനാഗീതം ഓരോ ക്ലാസ്മുറിയിലും ഒഴുകിയെത്തി. നല്ല കാര്യങ്ങളിൽ പ്രേമമുണ്ടാകണമെന്നും നല്ല വാക്കോതുവാൻ ത്രാണിയുണ്ടാകണമെന്നും കൃത്യങ്ങൾ ചെയ്യുവാൻ ശ്രദ്ധയുണ്ടാകണമെന്നും സത്യം പറഞ്ഞിടാൻ ശക്തിയുണ്ടാകണമെന്നുമുള്ള പ്രാർത്ഥന.

അനുപമയുടെ ശബ്ദം എത്ര മധുരം! പ്രാർത്ഥനയിലെ വാക്കുകൾ എത്ര സാരപൂർണ്ണം! ഈ ശബ്ദമാധുര്യവും അർത്ഥഗരിമയുമൊന്നും ഇനിയൊരിക്കൽകൂടി ശരണ്യയോ മാളവികയോ അനുഭവിക്കാൻ പോകുന്നില്ല.

രണ്ട്

അഞ്ചു പെൺകുട്ടികളുടെ അച്ഛനായ ആ മനുഷ്യൻ സന്ധ്യയുടെ തുടക്കം മുതൽതന്നെ വീട്ടുവരാന്തയിലെ പഴകിപ്പൊളിഞ്ഞ കൈവരിയിൽ ഇരിക്കുകയായിരുന്നു. ശൂന്യതയുടെ നൈരന്തര്യം ചെറുചുഴലികളായി അയാൾക്കുള്ളിലും പുറത്തും വട്ടംചുറ്റിക്കൊണ്ടിരുന്നു. ഒരിലയും അനങ്ങുന്നില്ലെന്നും ഒച്ചയൊന്നുമില്ലാത്ത ഭൂമി അനാഥമാണെന്നും അയാൾക്ക് തോന്നി. അയാൾ കാതോർത്തു. ഒടുവിൽ ഭൂമി സ്വയം കറങ്ങുന്നതിന്റെ ഒച്ച കേൾക്കുന്നതായി സംശയിച്ചു. അതോ ആ ഒച്ച ഭൂമി സൂര്യനെ വലം വയ്ക്കുന്നതിന്റേതാണോ?

ശരിക്കും അയാൾ കേട്ടത്, ഭൂമി കറങ്ങുന്നതിന്റെയോ സൂര്യനെ വലം വയ്ക്കുന്നതിന്റേയോ ഒച്ചയായിരുന്നില്ല. തളർന്നുറങ്ങുന്ന അയാളുടെ അഞ്ചുപെൺമക്കളുടെ ശ്വാസോച്ഛ്വാസത്തിന്റെ ഒച്ചയായിരുന്നു അത്.

സന്ധ്യയുടെ ആകാശത്ത് നക്ഷത്രങ്ങൾ ഓരോന്നായി തിളങ്ങുവാൻ തുടങ്ങി. ക്ഷമയോടെ അയാൾ കാത്തിരുന്നു. രാത്രി വളർന്നതോടെ താരങ്ങൾ ഓരോന്നായി അപ്രത്യക്ഷമായി. അവസാനത്തെ നക്ഷത്രവും രാത്രിയുടെ ആകാശത്തിൻ നിമഗ്നമായി. ആകാശത്തിലവശേഷിച്ച അർദ്ധചന്ദ്രനേയും നോക്കി അയാൾ ധ്യാനലീനനായി കാത്തിരുന്നു.

അവസാനം ചന്ദ്രികയുടെ ധാവള്യത്തിൽ ചോര നിറം പടർന്നു. ആകാശത്തിന്റെ ഇരുളിൽ ചന്ദ്രൻ ഇല്ലാതായി. സമയമായെന്ന അറിവോടെ അയാൾ എഴുന്നേറ്റു.

താഴ്വാരത്തിലെ ശബ്ദങ്ങൾ അയാളുടെ ഭൂമിയെ ഉപേക്ഷിച്ച്

അപ്പോൾ വിദൂരതയിൽ ഭ്രമണം ചെയ്യുകയായിരുന്നു. അയാൾ ഉറങ്ങിക്കിടക്കുന്ന അഞ്ചു പെൺമക്കളുടെയും നെറ്റിയിൽ മൃദുവായി ചുംബിച്ചു. ആ ചുംബനങ്ങളിൽനിന്നും വിയർപ്പിന്റെ ഉപ്പ് അയാളുടെ ദാഹിക്കുന്ന രസനയ്ക്ക് അവസാന രുചി പകർന്നു.

ഉറക്കമുണർന്ന കുട്ടികൾ കരിയിലകളെന്നപോലെ അയാൾക്കൊപ്പം മലഞ്ചെരുവിലൂടെ നടന്നു. മഹാഭാരതത്തിലെ മഹാപ്രസ്ഥാനയാത്രപോലെ ഒന്നാണിതെങ്കിലും അയാൾക്ക് അക്കാര്യമൊന്നും ഓർമ്മിക്കുവാൻപോലും ശക്തിയുണ്ടായിരുന്നില്ല.

ജീവിതത്തിനെ എന്നേക്കുമായി ഉപേക്ഷിക്കുവാനുള്ള വഴിയിലേക്കാണ് അയാൾ നടക്കുന്നത്. വഴിയിൽ അയാൾക്കെതിരെ വെള്ളായിയപ്പൻ വന്നു. വാക്കുകൾ കൈമാറാതെ അയാളും വെള്ളായിയപ്പനും സംസാരിച്ചു.

പുഴക്കരയിലെ ചെറിയ വളവിൽവെച്ച് പരിഭ്രമിക്കുന്ന പത്ത് കണ്ണുകൾക്ക് മുന്നിൽ അയാളിലെ മനുഷ്യൻ മുറിഞ്ഞൊലിച്ചു.

കരിയിലകളെ ഓരോന്നിനെയായി അയാൾ പുഴയിലേക്കെറിഞ്ഞു. ആദ്യം ഏറ്റവും മുതിർന്ന മകളെ, ആതിരയെ. പിന്നെ അശ്വതി, ശാരിക, ശരണ്യ.........

ഓരോരുത്തരെയും വിഴുങ്ങി നദി നിശ്ശബ്ദയായി ഒഴുകി. ഒന്നും സംഭവിച്ചില്ല.

അപ്പോഴും ഏറ്റവും ഇളയവൾ അയാളുടെ തോളിൽ മയങ്ങുകയായിരുന്നു. ആശങ്ക കൂടാതെ അവളുമൊത്ത് അയാൾ നദിയിലേക്ക് പ്രവേശിച്ചു.

അയാളെ കബളിപ്പിച്ചുകൊണ്ട് നക്ഷത്രങ്ങൾ ആകാശത്തേക്ക് മടങ്ങിവന്നു. പാതി മുറിഞ്ഞ ചന്ദ്രനും ചന്ദ്രികയുമൊക്കെ രാത്രിയെ മനോഹരമാക്കി.

താഴ്‌വരയിലെ സുഖവാസകേന്ദ്രത്തിലെ മധുശാലയിൽ നഗ്നനൃത്തമാരംഭിച്ചതിന്റെ സൂചനയായി, ഉദ്യാനവിളക്കുകൾ അണഞ്ഞു. മധുപാത്രത്തിൽ നിന്ന് ഞെട്ടിയുണർന്ന മദ്യപൻ, നൃത്തവേദിയിലേക്ക് കണ്ണുകൾ തുറന്നു. ഇരുളിന്റെ മറവിലിരുന്ന് രണ്ട് സ്വവർഗ്ഗഭോഗികൾ ജീവിതത്തെ തെറിപറഞ്ഞുകൊണ്ട് പുതിയൊരു പരീക്ഷണത്തിലേക്ക് യാത്രയാരംഭിച്ചു.

വിനോദിന്റെയും അരവിന്ദന്റെയും മകൾ

കഥ പറയാൻ തുടങ്ങുമ്പോൾ തെളിമയുള്ള ആകാശം മുകളിൽ പ്രത്യക്ഷപ്പെടുന്നു. ഒന്നോ രണ്ടോ വെൺമേഘത്തുണ്ടുകൾ കാറ്റിൽ ഒഴുകുന്നുണ്ട്. ഞാൻ ഇന്നോളം കണ്ടിട്ടില്ലാത്ത ഏതോ ഒരു പുഴയും പുഴയരികിലെ ചെറിയ വീടും വീടിനെ വലംവെച്ചു കടന്നുപോകുന്ന കാറ്റുമൊക്കെയുണ്ട്.

ഞാൻ സ്വന്തം ജീവിതകഥ പറയുകയാണ്. ചുറ്റും യൂണിഫോമണിഞ്ഞ കുട്ടികളുണ്ട്. ടോഫികളുടെ സുഗന്ധം നിറഞ്ഞ വർണ്ണക്കടലാസുകളുണ്ട്. ടി വി യിലെ കാർട്ടൂൺ കഥാപാത്രങ്ങളുണ്ട്.

നീ കഥ പറയാനുള്ള പ്രായമൊന്നും ആയിട്ടില്ല, ഇപ്പോഴും വെറും കുട്ടിയാണ് എന്ന് ഏതോ ഒരാൾ എന്നുള്ളിലിരുന്ന് പറയുന്നു.

പതിനേഴ് വയസ്സുള്ള ഒരു പെണ്ണാണ് ഞാൻ. കൗമാരത്തിലാണ് ജീവിതം ഏറ്റവും സൂക്ഷ്മവും തീവ്രവുമാകുന്നത്. അതിനാൽ ഒരാൾക്ക് സ്വന്തം ജീവിതത്തെക്കുറിച്ച് ഓർമ്മിക്കാൻ ഏറ്റവും നല്ലത് ഈ കാലം തന്നെയാണ്. ഇങ്ങനെ ചിലത് ഞാൻ മറുപടിയായി പറയുന്നു.

പിന്നെയും മറ്റെയാൾ തടസ്സങ്ങൾ ഉന്നയിക്കുന്നുണ്ട്.

ഇതിനൊക്കെ മറുപടി പറഞ്ഞ് കഥ പറയാൻ യോഗ്യയാണെന്ന് ഞാൻ സമർത്ഥിച്ചുറപ്പിക്കുന്നു.

തെളിമയുള്ള ആകാശത്തിനുവേണ്ടി ഞാൻ പിന്നെയും ധ്യാനിക്കുന്നു. വേഗതയുടെ കോലാഹലവുമായി ഒരുകൂട്ടം ബൈക്കുകൾ കടന്നുവരുന്നു. വളവുകളിലൂടെ, നിലത്ത് തൊട്ടുതൊട്ടില്ലെന്ന മട്ടിൽ അവ ചീറിപ്പായുന്നു. പുക തുപ്പികൊണ്ട് പിന്നെയും വാഹനങ്ങൾ ചീറിപ്പായുന്നുണ്ട്. മരച്ചില്ലയിൽ നിന്ന് ഒരു പക്ഷി പറന്നുയർന്ന് വൈദ്യുതിക്കമ്പിയിൽ കുടുങ്ങി മരിക്കുന്നതോടെ കഥയ്ക്ക് പശ്ചാത്തലമായെന്ന തോന്നലോടെ ഞാൻ എഴുതിത്തുടങ്ങുന്നു.

കൂമന്മാരുടെ വീട്

എന്റെ വീട്ടിലേക്കുള്ള വഴി ഇടുങ്ങിയതും ഏകാന്തവുമാണ്.

കരിയിലകളിൽ പതുങ്ങി നടക്കുന്ന കാറ്റ്. ചവിട്ടുപാത മുറിച്ചു കടന്നുപോകുന്ന മഞ്ഞച്ചേരകളുടെ യാദൃശ്ചികത. ഇങ്ങനെ ചിലതൊക്കെയുള്ളവഴി.

എന്റെ വീട്ടിലെ ജാലകങ്ങൾ ചെറുതും ഏറെക്കുറെ ജീർണ്ണിച്ചതുമാണ്. അവ എപ്പോഴും അടഞ്ഞുകിടക്കുന്നു. കൂമന്മാരുടെ വീട് എന്നാണ് ഞാൻ ഈ വീടിനെ വിളിക്കാനാഗ്രഹിക്കുന്നത്.

എന്റെ പേര് ഡയാന എന്നാണ്. ആ പേര് കേൾക്കുമ്പോൾ പലർക്കും ബ്രിട്ടനിലെ രാജകുമാരിയായിരുന്ന ഡയാനയെ ഓർമ്മ വരുന്നുണ്ടാകാം. അവരുടെ മനോഹരമായ മുഖവും അതിൽ സദാ കത്തിച്ചു വച്ചിരുന്ന പ്രകാശവുമൊക്കെ ആർക്കാണ് ഓർമ്മ വരാത്തത്! പാപ്പരാസികളാണോ, പ്രണയമാണോ, അതോ മറ്റാരെങ്കിലുമാണോ ഡയാനയുടെ മരണത്തിനുത്തരവാദി?

അതൊക്കെ ചിന്തിച്ച് എന്റെ കഥയിൽ നിന്ന് ഞാൻ വ്യതിചലിക്കുന്നില്ല.

എന്നെക്കൂടാതെ വീട്ടിലുള്ളത് അമ്മയും അച്ഛനും പിന്നെ ഒരു പൂച്ചക്കുട്ടിയുമാണ്. പൂച്ചക്കുട്ടിയെന്ന് ഞാൻ പറഞ്ഞെങ്കിലും സത്യത്തിൽ അതൊരു മുതിർന്ന പൂച്ചയാണ്. എന്നാൽ ഞാനും അമ്മയും അച്ഛനുമൊക്കെ അതിനെ പൂച്ചക്കുട്ടിയെന്നാണ് പറയുക. അങ്ങനെ പറയാനാണ് ഞങ്ങൾക്ക് ഇഷ്ടം. ഞങ്ങളുടെ പൂച്ചക്കുട്ടിയുടെ പേര് ദിദോ എന്നാണ്.

എന്റെ അച്ഛന്റെ പേര് വിനോദ്. അമ്മ അച്ഛനെ വിളിക്കുന്നത് വിനു എന്നാണ്. ഞാനും മിക്കപ്പോഴും അച്ഛനെ വിനു എന്നുതന്നെ വിളിക്കും. എങ്കിലും ഇടയ്ക്കിടെ അച്ഛനെന്നും വിളിക്കാറുണ്ട്.

അച്ഛൻ ഒരു നാടകനടനാണ്. പലപ്പോഴും അച്ഛൻ രാത്രികളിൽ വീട്ടിലുണ്ടാകാറില്ല. അങ്ങനെയുള്ള രാത്രികളിൽ അമ്മയുടെ കൂട്ടുകാരിയായ സബിത എന്ന സ്ത്രീ ഞങ്ങൾക്ക് കൂട്ടായി വീട്ടിൽ തങ്ങാറുണ്ട്.

അമ്മയുടെ പേര് അരവിന്ദൻ എന്നാണ്. അരവി എന്നാണ് അച്ഛൻ അമ്മയെ വിളിക്കുക. ഞാൻ അമ്മയെ അരവി എന്ന് വിളിക്കാറുണ്ടായിരുന്നു. എന്നാൽ ഈയിടെയായി അങ്ങനെ വിളിക്കുന്നതിന് അമ്മ വിലക്കേർപ്പെടുത്തിയിരിക്കുന്നു. അതിനാൽ ഞാൻ അമ്മയെന്ന് മാത്രമേ വിളിക്കാറുള്ളൂ.

രഹസ്യസ്ഥലം

ഞങ്ങളുടെ വീട് ഒരു രഹസ്യസ്ഥലമാണെന്ന് എനിക്ക് തോന്നാറുണ്ട്.

എല്ലാ വീടുകളും രഹസ്യസ്ഥലങ്ങൾ തന്നെ. ഒരു വീട് മറ്റൊന്നിൽ

നിന്ന് വിഭിന്നമാണ്. മാത്രമല്ല ഓരോരോ വിഭിന്നതയെയും രഹസ്യത്തിന്റെ ഒരു അവ്യക്തസ്തരം എപ്പോഴും ബന്ധനസ്ഥമാക്കുകയും ചെയ്യുന്നു.

വീടുകൾ മാത്രമല്ല, ഈ ഭൂമിയിലെ ഓരോ ഇടവും രഹസ്യങ്ങൾ ഒളിപ്പിച്ചു വെക്കുന്നു. ഒരു തരത്തിലല്ലെങ്കിൽ മറ്റൊരു തരത്തിൽ. ചിന്തിക്കാനും പ്രവർത്തിക്കാനും നമുക്ക് സ്വാതന്ത്ര്യമുള്ളപോലെ, ഭൂമിയിലെ ഓരോ ഇടത്തിനും അതിന്റേതായ രഹസ്യങ്ങൾ സൂക്ഷിപ്പാനവകാശമുണ്ട്.

സ്ഥലം സ്വയം രഹസ്യം സൂക്ഷിക്കുകയാണോ, അതോ സ്ഥലത്തിന്റെ ഉടമയാണോ രഹസ്യത്തിന്റെ സൂക്ഷിപ്പുകാരൻ എന്നൊക്കെ ചോദ്യങ്ങളുയരുന്നുണ്ടാവാം. രഹസ്യങ്ങളെക്കുറിച്ചുള്ള ഇത്തരം ചോദ്യങ്ങൾ അപ്രസക്തമാണ്. കാരണം ഇതിന്റെയൊക്കെ ഉത്തരങ്ങൾ രഹസ്യങ്ങളാണെന്നുതന്നെ!

ഇത്രയൊന്നും കടന്നുചിന്തിക്കാതെ ചെറിയ അർത്ഥത്തിലാണ് ഞാൻ പറഞ്ഞത്, ഞങ്ങളുടെ വീടൊരു രഹസ്യസ്ഥലമാണെന്ന്. കാരണം ഞാൻ പറയാതെ തന്നെ നിങ്ങൾ ഊഹിച്ചിട്ടുണ്ടാകും.

അമ്മയ്ക്കും അച്ഛനും ബന്ധുക്കളാരെങ്കിലും ഉള്ളതായി എനിക്ക് തോന്നിയിട്ടില്ല. അങ്ങനെ ഏതെങ്കിലുമൊരു ബന്ധു ഞങ്ങളുടെ വീട്ടിൽ വന്നതായും ഓർമ്മയില്ല.

അമ്മൂമ്മ, അപ്പൂപ്പൻ, വലിയമ്മ, കുഞ്ഞമ്മ, മാമന്മാർ, അപ്പച്ചിമാർ തുടങ്ങിയ വർഗ്ഗങ്ങളെ കുറിച്ചൊക്കെ സ്കൂളിലെ കൂട്ടുകാരികളിൽ നിന്നാണ് ഞാൻ അറിഞ്ഞത്. സത്യത്തിൽ ബന്ധുക്കൾ എന്നൊരു വർഗ്ഗം ഉണ്ടെന്നുപോലും എനിക്ക് അറിയാമായിരുന്നില്ല.

മറ്റുള്ളവർ കടന്നുവരാത്ത വീടായിരുന്നു ഞങ്ങളുടേത്. അതിനാൽ ഈ വീടിന്റെ രഹസ്യസ്വഭാവത്തിന് സാന്ദ്രതയേറുന്നു. പഴകിയതും പൊടിപിടിച്ചതുമായ ഒരു ചിത്രംപോലെ വിഭിന്നമായ ഒരു ലോകം.

പത്രക്കാരൻ, പാൽക്കാരൻ, പോസ്റ്റ്മാൻ തുടങ്ങിയുള്ള സാധാരണ മനുഷ്യ പരിസരങ്ങളൊക്കെ ഈ വീടിനുണ്ട്. അണ്ണാൻകുഞ്ഞ്, പൂച്ച, അലഞ്ഞുതിരിയുന്ന പട്ടികൾ, പക്ഷികൾ തുടങ്ങിയവയ്ക്ക് മുന്നിൽ ഞങ്ങൾക്ക് രഹസ്യങ്ങളൊന്നുമില്ല എന്നുതന്നെ ഞാൻ പറയും.

മറ്റു വീടുകളിൽ സാധാരണ കാണപ്പെടുന്നതിൽ നിന്ന് വിഭിന്നം എന്ന് ഞാൻ കരുതുന്ന ഒരു കാര്യം ഞങ്ങളുടെ വീട്ടിലെ വസ്ത്രധാരണരീതിയാണ്. അതായത് വീട്ടിനുള്ളിൽ മിക്കപ്പോഴും അമ്മയും അച്ഛനും നഗ്നരാണ്.

കനത്ത വാതിൽ കർട്ടനുകളായിരുന്നു പുറംലോകത്തിൽ നിന്ന് അവരുടെ നഗ്നതയെ മറച്ചുപിടിച്ചിരുന്നത്. എന്നാൽ വസ്ത്രം ധരിക്കാതിരിക്കുക എന്ന കാര്യത്തിൽ അമ്മയ്ക്കോ അച്ഛനോ പിടിവാശിയൊന്നും ഉണ്ടായിരുന്നില്ല. മറ്റുള്ളവർക്ക് മുന്നിൽ തികച്ചും മാന്യമായ വസ്തധാരണരീതി തന്നെയായിരുന്നു അവർ അവലംബിച്ചിരുന്നത്.

പാന്റും ഷർട്ടുമാണ് വീട്ടിന് പുറത്ത് പോകുമ്പോൾ അമ്മയും

അച്ഛനും ഉപയോഗിക്കാറുള്ള വേഷം. അച്ഛൻ ഇളംനിറങ്ങൾ ഉപയോഗിച്ചു. കടുത്ത നിറത്തിലുള്ള വസ്ത്രങ്ങളോടാണ് അമ്മയ്ക്ക് പ്രിയം.

ചെറിയ കുട്ടിയായിരുന്നപ്പോൾ വസ്ത്രങ്ങൾ ധരിക്കുക എന്നത് എന്റെ സ്വഭാവമായിരുന്നില്ല. എന്നാൽ ക്രമേണ അത് മാറി. വസ്ത്രങ്ങൾ ധരിക്കുക എന്റെ സ്വഭാവമായി. വളരുന്ന ഒരു കുട്ടി വീട്ടിന് പുറത്തുനിന്നും പല ശീലങ്ങളെയും സ്വാംശീകരിക്കും. അത് തികച്ചും സ്വാഭാവികമായ ഒരു കാര്യമാണല്ലോ.

ഇതിനൊക്കെ ഇടയിൽ അമ്മയുടെ സഹായിയായ സബിത എന്ന സ്ത്രീയും ഉണ്ട്. എല്ലാ അസാധാരണത്വങ്ങളെയും ഉൾക്കൊള്ളാൻ പാകത്തിലുള്ള ഒരു മനസ്സായിരുന്നു. സബിതചേച്ചിയുടേത്. ചിലപ്പോൾ വീട്ടിനുള്ളിൽ അവർ നഗ്നയായിരുന്നു. ചിലപ്പോൾ വസ്ത്രങ്ങൾ ധരിച്ചു.

ഒഴിക്കുന്ന പാത്രത്തിനനുസരിച്ച് ആകൃതി മാറുന്ന വെറും ദ്രാവകമായിരുന്നു. സബിതചേച്ചി. അവരെ ദ്രാവകമായി കണക്കാക്കുമ്പോൾ അച്ഛനെയും അമ്മയേയും ഖരപദാർത്ഥങ്ങളായി കണക്കാക്കാൻ കഴിയുമോ? അതോ വാതകമായി പരിഗണിക്കുന്നതാവുമോ കൂടുതൽ ശരി.

അല്ലെങ്കിൽ എന്തിന് ഇത്തരം വർഗ്ഗീകരണങ്ങൾ? ഖരത്തിന് ദ്രാവകമായും വാതകമായും മാറാൻ താപനിലയുടേയും മർദ്ദത്തിന്റേയും ചില വ്യതിയാനങ്ങൾ മാത്രം മതിയല്ലോ.

സബിത എന്ന സ്ത്രീ

സബിത എന്ന സ്ത്രീക്ക് ഞങ്ങളുടെ വീട്ടിൽ സവിശേഷമായ ഒരു സ്ഥാനമാണുള്ളതെന്ന് തോന്നുന്നു. വെറും വീട്ടുജോലിക്കാരി എന്ന മട്ടിലല്ല, സബിതചേച്ചിയുടെ പെരുമാറ്റം. പലപ്പോഴും പല കാര്യങ്ങളിലും അവരാണ് തീരുമാനമെടുക്കുക.

അച്ഛനില്ലാത്ത അവസരങ്ങളിൽ എല്ലാ കാര്യങ്ങളും അവരുടെ വരുതിയിലാണ്.

അച്ഛനെ അവർ സാറെന്നാണ് വിളിക്കുന്നത്. അച്ഛനുണ്ടെങ്കിൽ സബിതചേച്ചിയുടെ പെരുമാറ്റം തന്നെ മറ്റൊരു തരത്തിലാണ്.

അച്ഛനില്ലാത്തപ്പോൾ, അമ്മയെ അരവിന്ദ് എന്ന് അവർ മടികൂടാതെ വിളിക്കും. അമ്മ ആ വിളി കേട്ട് ചൂളി, പേടിച്ചരണ്ട മട്ടിൽ അവർക്ക് നേരെ ഓടിച്ചെല്ലുന്നത് പരിഹാസ്യമായ ഒരു കാഴ്ചയാണ്. ചിലപ്പോൾ അത് കാണുമ്പോൾ എനിക്ക് വിഷമം തോന്നാറുണ്ട്.

അമ്മ എന്തിനാണ് സബിതച്ചേച്ചിയെ പേടിക്കുന്നതെന്ന് ഒരുതവണ ഞാൻ ചോദിച്ചു. അങ്ങനെയൊന്നുമില്ലെന്ന് അമ്മ ഒഴിഞ്ഞുമാറി. അപ്പോൾ അമ്മയുടെ മുഖത്ത് മിന്നിമറഞ്ഞ ഭാവങ്ങൾ എന്തൊക്കെയെന്ന് എനിക്കറിയില്ല. ഏതായാലും അമ്മയുടെ മുഖത്തെ ഭാവങ്ങൾ വിചിത്രമായിരുന്നു എന്നതിൽ സംശയമില്ല.

സബിതച്ചേച്ചിയും അമ്മയും തമ്മിൽ ഒരു ദിവസം വഴക്കുണ്ടായി. അച്ഛനില്ലാത്ത ഒരു ദിവസം. നാലഞ്ചു ദിവസം കഴിഞ്ഞേ അച്ഛൻ മടങ്ങി

വരു എന്ന് അറിയാമായിരുന്നു.

അമ്മയും സബിതയും തമ്മിൽ വഴക്കുണ്ടായതിന്റെ കാരണമെന്തെന്ന് എനിക്കറിയില്ല. ഏതായാലും അമ്മ അന്ന് കുറച്ചേറെ കരഞ്ഞു. സബിതച്ചേച്ചിയും കരഞ്ഞു. എന്നാൽ സബിതയുടെ കരച്ചിൽ വെറും അഭിനയംപോലെ തോന്നിച്ചു.

വൈകുന്നേരം അമ്മയും സബിതയും ഷോപ്പിങ്ങിന് പോകാൻ ഒരുങ്ങുമ്പോഴായിരുന്നു വഴക്കും കരച്ചിലും മറ്റും. ഒന്നും രണ്ടും പറഞ്ഞ് സബിതച്ചേച്ചി പിണങ്ങി പുറത്തേക്ക് പോകാൻ തുടങ്ങി. അപ്പോൾ അമ്മ എല്ലാം നഷ്ടപ്പെട്ട മട്ടിൽ അവരുടെ പിന്നാലെ ചെന്നു.

'ഞാൻ നിന്റെ കാലു പിടിക്കാം. എന്റെ സബിതക്കുട്ടി പോവല്ലേ എന്നും മറ്റും,' അമ്മ ഒരു നാണവുമില്ലാതെ പുലമ്പി. അമ്മയെ സബിതച്ചേച്ചി തെറിവാക്കുകൾ വിളിച്ചു. അമ്മ അതൊക്കെ കേട്ടുനിന്നു. എനിക്ക് വല്ലാത്ത ജാള്യം തോന്നി.

അന്ന് ഞങ്ങളുടെ വീട്ടിൽ ആരും ഭക്ഷണം കഴിച്ചില്ല. ആ രാത്രിയിൽ സബിതച്ചേച്ചി അമ്മയുടെ മുറിയിൽ ഉറങ്ങിയതുമില്ല. എന്റെ മുറിയിലെ വെറും നിലത്ത് അവർ കോസടി വിരിച്ചു.

ഞാൻ പഠിക്കുകയായിരുന്നു. സാധാരണയായി പത്തു മണിയോടെ ലൈറ്റണച്ചു ഉറങ്ങാൻ കിടക്കും. എന്നാൽ അന്ന് രാത്രി അവരെ ശല്യപ്പെടുത്താൻ മാത്രം ഞാൻ ഏറെനേരം വിളക്കണയ്ക്കാതെ പഠിക്കുന്നതായി അഭിനയിച്ചു. ഒന്നുരണ്ട് തവണ അമ്മ വന്ന് സബിതച്ചേച്ചിയെ വിളിച്ചു. എന്നാൽ സബിത കേട്ട ഭാവം പോലും കാണിച്ചില്ല. അവസാനത്തെ തവണ സബിത വരൂ, എന്ന് പറഞ്ഞ് അമ്മ കോസടിയിൽ ഇരിക്കുക പോലും ചെയ്തു. അപ്പോൾ അവർ ഒരു നികൃഷ്ടജീവിയെ എന്നപോലെ അമ്മയെ തള്ളിമാറ്റി. അപമാനിക്കപ്പെട്ട അമ്മ തലകുനിച്ച് ഇറങ്ങിപ്പോകുമ്പോൾ സബിത ഒരു തെറിവാക്ക് പറഞ്ഞു.

ആ രാത്രിയിൽ ഞാൻ ഉറപ്പാക്കി, സബിത ഒരു ചീത്ത സ്ത്രീയാണെന്ന്. സബിതയെ ഒരിക്കലും വിശ്വസിക്കാൻ പാടില്ലെന്നും മാരകമായ വിഷത്തിന്റെ വിത്തുകൾ അവർക്കുള്ളിലുണ്ടെന്നും ഞാൻ മനസ്സിലാക്കി.

ആ രാത്രിയിൽ ഞാൻ ഉറങ്ങിയില്ല.

അമ്മ

അമ്മയുടെ പേര് അരവിന്ദൻ എന്നാണെന്ന് ഞാൻ നേരത്തെ പറഞ്ഞപ്പോൾ തന്നെ വായനക്കാർക്ക് കാര്യം മനസ്സിലായിരിക്കുമല്ലോ. നിങ്ങളുടെയൊക്കെ അമ്മയെപ്പോലെ ഒരു സ്ത്രീയല്ല എന്റെ അമ്മ. എന്റെ അമ്മ ഒരു പുരുഷനാണ്.

ഇത് വ്യത്യസ്തമായ ഒരു കാര്യമാണെന്ന് ആദ്യമൊന്നും എനിക്ക് അറിയില്ലായിരുന്നു. സ്കൂളിൽ വെച്ച് ക്രമേണ ഞാൻ ആ കാര്യം മനസ്സിലാക്കി. എല്ലാവരുടെയും അച്ഛന്മാർ പുരുഷന്മാരാണ്. അമ്മമാർ സ്ത്രീകളും. എന്റെ ജീവിതപരിസരം മറ്റു കുട്ടികളുടേതിൽ നിന്ന് വളരെ

വളരെ ഭിന്നമാണെന്ന് ബോധിപ്പിക്കുന്ന ഇത്തരം അറിവുകൾ ഒരിക്കലും ആഹ്ലാദകരമായിരുന്നില്ല.

പക്ഷേ, അതൊരു യാഥാർത്ഥ്യമായിരുന്നു. തളർത്തുന്ന ആ അറിവ് അടുത്ത കൂട്ടുകാരോടു പോലും പങ്കുവെക്കാനാവാതെ ഞാൻ വിഷമിച്ചു.

മറ്റുള്ളവരിൽ നിന്ന് വ്യത്യസ്തരാകുവാൻ എല്ലാവരും വലിയൊരളവോളം ആഗ്രഹിക്കാറുണ്ട്. എന്നാൽ ഒഴിവാക്കാനാവാത്ത വ്യത്യസ്തത എന്നത് നമ്മെ വിഷമിപ്പിക്കുകയാണ് ചെയ്യുക. പുരുഷനായ അച്ഛൻ, സ്ത്രീയായ അമ്മ, ഇതൊക്കെയാണ് ഒരു മകൾക്ക് ആവശ്യമായുള്ളത്. പക്ഷേ, ഇതൊക്കെ ആരോട് പറയാൻ?

ഞാൻ ആരാണെന്ന ചോദ്യം എന്നെ ആദ്യമായി സന്ധിക്കുന്ന വിഷമകരമായ ഒരു കാലമായിരുന്നു അത്. മരിക്കുവാൻ ഞാൻ ആശിച്ചു. പക്ഷേ, ജീവിതത്തെ സ്നേഹിക്കുകയും ചെയ്തു. മനുഷ്യജീവിതം ദുരന്തമാണെന്നുള്ള കറുത്ത വിശ്വാസത്തിൽ അഭയം തേടുകയല്ലാതെ മറ്റൊരു വഴി എനിക്കില്ലായിരുന്നു.

ആരേയും സ്നേഹിക്കാനോ ആരാലും സ്നേഹിക്കപ്പെടുവാനോ കഴിയാത്ത ഒരുതരം വരണ്ട ലോകത്തിലായിരുന്നു ഞാൻ. നന്നായി പഠിക്കുകയും പരീക്ഷയെഴുതുകയും ചെയ്യുക എന്നതായിരുന്നു എന്റെ മനസ്സിൽ തെളിഞ്ഞ ഒരേയൊരു വഴി. നല്ല മാർക്കു വാങ്ങിച്ചെങ്കിലും എനിക്ക് സംതൃപ്തി തോന്നിയില്ല.

ക്ലാസിലെ ഒരു കുട്ടിയും എന്നെ സ്നേഹിക്കുന്നില്ലെന്നും ടീച്ചേഴ്സ് എന്നെ ശ്രദ്ധിക്കാറില്ലെന്നും ഞാൻ വിശ്വസിച്ചു.

എല്ലാവരേയും സ്നേഹിക്കണമെന്നും എല്ലാവരാലും സ്നേഹിക്കപ്പെടണമെന്നുമുള്ള ഉൽക്കടമായ ആഗ്രഹം എന്നെ മഥിച്ചു. പക്ഷേ, സ്നേഹം എപ്പോഴും എന്നിൽ നിന്ന് വഴുതിമാറി.

പെൺകുട്ടികളും അമ്മമാരും തമ്മിൽ സവിശേഷമായ ഒരു സ്നേഹബന്ധമുള്ളതായി പറയാറുണ്ട്. പക്ഷേ, എന്റെ അമ്മയുമായി അത്തരമൊരു ബന്ധം എനിക്കുണ്ടെന്ന് തോന്നുന്നില്ല.

അമ്മ എന്നെ സ്നേഹത്തോടെ സ്പർശിക്കാറില്ല. ലാളിക്കാറില്ല. ഒന്നുമില്ല. ഒരുപക്ഷേ, എന്റെ അമ്മ ഒരു പുരുഷനാണെന്ന യാഥാർത്ഥ്യമായിരിക്കാം ഇതിനൊക്കെ അടിയിൽ തിളങ്ങുന്ന വസ്തുത.

എന്നാൽ എന്റെ അമ്മ ഒരു യഥാർത്ഥ സ്ത്രീയേക്കാൾ സ്ത്രൈണതയാർന്നവളാണെന്നതാണ് സത്യം. തൊട്ടാവാടി. അച്ഛന്റെ ലാളനയിൽ അലിയുന്നവൾ. സ്വന്തമായി തീരുമാനമെടുക്കാൻ കഴിയാത്തവൾ. അച്ഛനാണ് അമ്മയുടെ ലോകം.

സ്ത്രീയായ സബിതച്ചേച്ചിയുടെ മുന്നിൽ പോലും ഒരു പുരുഷനായി മാറാൻ കഴിയുന്നില്ല എന്നതാണ് അമ്മയിലെ യാഥാർഥ്യം. അമ്മയും സബിതയും അഭിമുഖീകരിക്കുമ്പോൾ അമ്മ സ്ത്രീയുടേയും സബിത പുരുഷന്റേയും റോളുകളാണ് അഭിനയിക്കുന്നതെന്ന് എന്നിക്ക് തോന്നാറുണ്ട്.

ഇതൊക്കെ എന്റെ വെറും തോന്നലുകൾ മാത്രമാവാം. അമ്മയിലെ പുരുഷൻ പുറത്തേക്ക് വരുന്ന സന്ദർഭങ്ങൾ ഉണ്ടായിരിക്കാം? പക്ഷേ, ഞാൻ ആ പുരുഷനെ കണ്ടിട്ടില്ല!

ഞാൻ ഒരു പെൺകുട്ടി

അമ്മയും അച്ഛനും പുരുഷന്മാരാണെന്നതിന്റെ ദയനീയമായ പരിമിതി ഞാൻ മനസ്സിലാക്കിയത് ആ ദിവസത്തിൽ ആയിരുന്നു. ഞാൻ ഋതുമതിയായ ദിവസം.

തുടർന്നുള്ള എന്റെ കാര്യങ്ങളൊക്കെ ശ്രദ്ധിച്ചത് സബിതച്ചേച്ചി ആയിരുന്നു. സബിതയെ ഞാൻ വെറുത്തിരുന്നെങ്കിലും എനിക്കവരെ ആശ്രയിക്കേണ്ടതായി വന്നു. എന്റെ ശരീരത്തിലെ ഏകാന്തമായ പ്രദേശങ്ങൾ പോലും അവർക്ക് പരിചിതമായി മാറി.

ഞാൻ നിർവ്വികാരമായ ഒരു പുഴയായിരുന്നു. സബിത ആ പുഴയിലെ തോണിക്കാരിയായിരുന്നോ? അതോ പുഴക്കരയിൽ കുളിക്കാൻ വന്ന അനേകരിൽ ഒരുവളോ? നിറയെ ചുവന്ന പൂക്കളോടെ പുഴക്കരയിൽ പൂത്തുലഞ്ഞുനിന്ന ഒരു വൃക്ഷമായിരുന്നോ അവർ? അതിൽനിന്നും പൂവിതളുകളും പരാഗങ്ങളും പുഴയിലേക്ക് ചിതറിവീണിരുന്നോ?

ഏതായാലും സബിതച്ചേച്ചിയെ എനിക്ക് പഴയപോലെ വെറുക്കുവാൻ വയ്യ. അതിനുള്ള അധികാരം എനിക്കില്ലല്ലോ.

ഒരു പെൺകുട്ടി ഋതുമതിയാകുന്നതോടെ ചുറ്റും തെളിയുന്നത് പുതിയൊരു ലോകമാണ്. പുതിയ വെളിച്ചങ്ങൾ എന്നെ കൂടുതൽ കൂടുതൽ ഏകാകിനിയാക്കി.

സബിതച്ചേച്ചി പറയാറുണ്ട്, കുട്ടിയെക്കുറിച്ച് ഓർക്കുമ്പോൾ എനിക്ക് വിഷമം തോന്നുന്നു എന്ന്.

ഞാൻ വെറുതെ ചിരിക്കുക മാത്രം ചെയ്യും.

സബിതച്ചേച്ചി പിന്നെയും പറയും."കുട്ടി സുന്ദരിയാണ്. എനിക്കെന്റെ മകളെപ്പോലെ തോന്നുന്നു."

അപ്പോഴും ഞാൻ വെറുതെ ചിരിക്കും. എന്നെ പാട്ടിലാക്കി അപായപ്പെടുത്താനുള്ള അവരുടെ സൂത്രവിദ്യയാണിതൊക്കെയെന്ന് ഞാൻ മനസ്സിൽ കുരുതി.

ദീപാവലി

ഒരു ദീപാവലി ദിവസമായിരുന്നു അത്. സാധാരണയായി ഞങ്ങളുടെ വീട്ടിൽ ഇത്തരം ആഘോഷങ്ങൾ നടത്താറില്ല. അതുകൊണ്ട് എന്നെത്തേയുംപോലെ ഞങ്ങളുടെ വീട് സാധാരണമട്ടിൽതന്നെ കിടന്നു. പ്രകാശത്തിന്റെ ആക്രമണങ്ങളൊന്നും അവിടെ ഉണ്ടായിരുന്നില്ല.

മറ്റൊരു കാര്യംകൂടി. അന്ന് ഞങ്ങളുടെ വിട്ടിലേക്കുള്ള വൈദ്യുതി ബന്ധം വിച്ഛേദിതമായിരുന്നു. എന്തെങ്കിലും തകരാറ് പറ്റിയതാണോ

അതോ ആരെങ്കിലും തകരാറിലാക്കിയതാണോ എന്ന് വ്യക്തമല്ല. തൊട്ടടുത്ത വീടുകളിലൊക്കെ വൈദ്യുതി ഉണ്ടായിരുന്നു എന്ന കാര്യം ഞാൻ വ്യക്തമായി ഓർമ്മിക്കുന്നു.

പെട്ടെന്ന് മഴപെയ്യുവാൻ തുടങ്ങി. ആ മഴ ഞങ്ങളുടെ വീടിനു ചുറ്റും മാത്രമായിരുന്നെന്ന് ഞാൻ വിചാരിക്കുന്നു. എനിക്ക് പേടിതോന്നി. എന്റെ മുറിക്കുള്ളിൽ കടന്ന് ഞാൻ സാക്ഷയിട്ടു.

അച്ഛനും അമ്മയും സബിതച്ചേച്ചിയുമൊക്കെ ഉച്ചത്തിൽ വഴക്കുവെക്കുന്നതിന്റെ ശബ്ദങ്ങൾ ഞാൻ കേട്ടു. ഒരിക്കൽ വാതിൽപ്പഴുതിലൂടെ നോക്കുമ്പോൾ മിന്നൽവെളിച്ചത്തിൽ അവരെ മൂവരേയും കണ്ടു. ഏതോ പ്രേതസിനിമയുടെ സീനിലേക്കു നോക്കുന്നതുപോലെയാണ് എനിക്ക് തോന്നിയത്.

പിറ്റേന്ന് രാവിലെ സൂര്യനുദിച്ചശേഷമാണ് ഞാൻ ഉണർന്നത്. മഴ പെയ്തൊഴിഞ്ഞുകഴിഞ്ഞിരുന്നു. വെളിയിലെങ്ങും പുതുതും ശാന്തവുമായ ഒരു ദിവസം ആരംഭിക്കുകയായി.

അമ്മ പാചകംചെയ്യുന്നു. അച്ഛൻ പത്രം വായിക്കുന്നു. എല്ലാം പതിവുപോലെ.

പിന്നെ ഒരിക്കലും ഞാൻ സബിതച്ചേച്ചിയെ കണ്ടിട്ടേയില്ല.

A, B, C തുടങ്ങിയവർ X നെ ഇന്റർവ്യൂ ചെയ്യുന്നു

ഒരു മദ്ധ്യാഹ്നത്തിൽ A, B, C എന്നിങ്ങനെ ചിലർ X എന്ന കഥാകാരനെ ഇന്റർവ്യൂ ചെയ്യുന്നതിന്റെ വിവരണമാണിത്. A, B, Cഎന്നിവരുടെ യഥാർത്ഥ പേരുകൾ വെളിപ്പെടുത്താത്തതിന് കാരണമുണ്ട്. പേരുകൾ പറഞ്ഞാൽ അവരുടെ ജാതി, മത, ലിംഗാദികളെക്കുറിച്ച് സൂചനകൾ പ്രകടമാകാനിടയുണ്ട്. ഉപജാതിഭേദങ്ങളും രാഷ്ട്രീയ വിശ്വാസങ്ങളും പോലും ചിലപ്പോൾ അതിലൂടെ പ്രകടിപ്പിക്കപ്പെട്ടു എന്നു വരാം.

ജാതി, മത, ലിംഗാദികളൊക്കെ നിരന്തരം മാറിക്കൊണ്ടിരിക്കുന്ന ഒരു കാലഘട്ടമാണിത്. പി.എസ്.സി പരീക്ഷ ജയിക്കാനും കല്യാണം കഴിക്കാനുമൊക്കെ വ്യത്യസ്ത ജാതിമതാദികൾ പരീക്ഷിക്കുകയോ ഉപയോഗിക്കുകയോ ചെയ്യുന്നവരെ നമുക്കറിയാം. എന്തിന്, ഒരേ ലിംഗത്തിൽ തന്നെ ഉറച്ചുനില്ക്കുന്നതിനുപോലും പലർക്കും മടിയാണ്.

കേരളത്തിൽ ശിഖണ്ഡികൾ ഒരു പ്രത്യേക വർഗ്ഗമായി ഇനിയും അംഗീകരിക്കപ്പെട്ടില്ലല്ലോ. ഒന്നുകിൽ പുരുഷവേഷത്തിലോ ഇല്ലെങ്കിൽ സ്ത്രീവേഷത്തിലോ അവർ കാലം കഴിക്കുന്നു.

എന്നാൽ വിവിധ ലിംഗങ്ങളിൽ മരച്ചില്ലകളിലെന്നോണം മാറിമാറി കൂടുതീർക്കുക എന്നത് ഇന്ന് ഏറെക്കുറെ സാധാരണമായ ഒരു കാര്യമാണ്.

കാലം കൂടുതൽ സങ്കീർണ്ണമായിരിക്കുകയാണ്. മനുഷ്യരുടെ ആവശ്യങ്ങൾ മാറിമറിയുന്നു. സ്വപ്നങ്ങൾ മാറിമറിയുന്നു. ഭൂമിയും ആകാശവും ഋതുക്കളുമൊക്കെ മാറി മറിയുന്നു.

അതിനാൽ സ്ത്രീനാമങ്ങളോ പുരുഷനാമങ്ങളോ കഥാപാത്രങ്ങൾക്ക് നല്കിയാൽ അത് സത്യത്തിൽ വായനക്കാരെ തെറ്റിദ്ധരിപ്പിച്ചു എന്നു വരാം. പുരുഷസ്വഭാവത്തിൽ ചിന്തിക്കുന്ന സ്ത്രീകളും സ്ത്രീക

ളായി മാറുന്ന പുരുഷന്മാരും സ്വന്തം ലിംഗത്തെ ചിന്തയിലൂടെ നിരന്തരം നവീകരിക്കുന്ന ചിന്തകരും സ്വപ്നാടകരും കവികളും കലാകാരന്മാരും ശാസ്ത്രജ്ഞരുമൊക്കെ നിറഞ്ഞ ഈ ലോകത്ത്, ലാളിത്യത്തിനിടയിൽ സങ്കീർണ്ണതയും സങ്കീർണ്ണതയിൽ ലാളിത്യവും പതിയിരിക്കുന്നു.

ആകപ്പാടെ ഒരൊറ്റ സൂചന മാത്രമാണ് ഈ കഥയുടെ തലക്കെട്ട് നല്കുന്നത്. A, B, C തുടങ്ങിയവർ ഒരു വർഗ്ഗത്തേയും Xഎന്നത് മറ്റൊരു വർഗ്ഗത്തേയും പ്രതിനിധാനം ചെയ്യുന്നു എന്ന കേവലമായ സൂചന. ആ സൂചനപോലും മറികടക്കപ്പെടാവുന്നത് മാത്രമാണെന്നതാണ് വസ്തുത. A, B, C, D....എന്നിങ്ങനെയുള്ള അക്ഷരമാല ക്രമേണ നിരാകരിക്കുവാനും മറ്റെന്തെങ്കിലും തരത്തിൽ അക്ഷരമാലയെ ക്രമീകരിക്കാനുമൊക്കെ ആർക്കും അവകാശമുണ്ട്.

ഇത്രയും ആമുഖമായി പറഞ്ഞെന്നേയുള്ളു. ഇനിയാണ് സുപ്രധാനമെന്ന് കരുതപ്പെടുന്ന (ആരാൽ കരുതപ്പെടുന്ന.......ഹ ...ഹ...) ആ ഇന്റർവ്യൂ.

* * * * * * *

A: താങ്കൾ ഒരു കഥാകാരനാണെന്ന് ഞങ്ങൾ മനസ്സിലാക്കുന്നു. കഥാകാരന്മാർ, ചിത്രകാരന്മാർ, കവികൾ എന്നിവരെയൊക്കെ പൊതുവെ ഇന്റർവ്യൂ ചെയ്യാറുണ്ടല്ലോ. അതിനാൽ ഞങ്ങൾക്ക് പരിചയക്കാരനായ ഒരു കഥാകാരൻ എന്ന നിലയിൽ ഞാൻ നിങ്ങളെ ഇന്റർവ്യൂ ചെയ്യുകയാണ്.

(ഇവിടെ ഇടയ്ക്കിടെ കഥാകാരനെന്നും മറ്റും പറയുന്നത് വ്യക്തമായ ലിംഗസൂചനയാണെന്ന് സമ്മതിക്കുന്നു. എഴുതിവരുമ്പോൾ സംഭവിക്കുന്ന ഇത്തരം പിഴവുകൾ തിരുത്തി പൂർണ്ണമായ അലിംഗതയിലേക്ക് പരാവർത്തനം ചെയ്ത് വായന തുടരുവാൻ അപേക്ഷ. ഇനിയും ഇത്തരം പിഴവുകൾ സംഭവിക്കാനിടയുണ്ട്. ക്ഷമിക്കുക. കഥയിലെ നിക്ഷ്പക്ഷത നിലനിർത്തുന്നതിന് എഴുത്തുകാരന് മാത്രമല്ല വായനക്കാരനും ഉത്തരവാദിത്തമുണ്ട്.)

പരുങ്ങലോടെ X എന്ന കഥാകാരൻ മച്ചിലേക്ക് നോക്കുന്നു. മച്ചിൽ കഴുക്കോലുകളോ ഉത്തരങ്ങളോ ഇല്ല. നേരിയ ഭാവമാറ്റങ്ങളുടെ വൈവിദ്ധ്യം വിതാനം ചെയ്യുന്ന മേച്ചിലോടുമില്ല. നിർമ്മമമായി കറങ്ങുന്ന ഫാനിന് പിന്നിൽ വെള്ള തേച്ച തട്ടിന്റെ നിശബ്ദത മാത്രം.

B: ഞങ്ങൾ നിങ്ങളെ ഇന്റർവ്യൂ ചെയ്യുകയാണ്. നിങ്ങളുടെ ഒരു പുസ്തകമോ കഥയോ പോലും വായിച്ചിട്ടില്ലെങ്കിലും ഞങ്ങൾ നിങ്ങളെ ഇന്റർവ്യൂ ചെയ്യും. സത്യത്തിൽ കഥയും പുസ്തകവുമൊന്നും വായിക്കേണ്ടതില്ല. ഇന്റർവ്യൂ ചെയ്താൽ മാത്രം മതി.

C: ആദ്യത്തെ ചോദ്യം. നിങ്ങൾ ആദ്യമായി കഥയെഴുതിയതെപ്പോൾ?

പെട്ടന്ന് വൈദ്യുതി നിലച്ചു. പങ്ക നിശ്ശബ്ദമായി. മദ്ധ്യാഹ്നമാണെങ്കിലും മുറിക്കുള്ളിൽ ഇരുട്ട് പരന്നു. A, B, C തുടങ്ങിയവർ മുറിയിൽ

നിന്നും പുറത്തേക്ക് പോയി. കാറ്റും വെളിച്ചവുമേല്ക്കാൻ വരാന്തയിൽ കൂട്ടം കൂടി നില്ക്കുകയാണവർ.

X എന്ന കഥാകാരൻ ഇപ്പോൾ മുറിയിൽ ഒറ്റയ്ക്കാണ്. എഴുത്തുകാരനും വായനക്കാരനുമെന്ന മട്ടിലല്ല എഴുത്തുകാരനും എഴുത്തുകാരനല്ലാത്തവനും എന്ന മട്ടിലാണ് ഇവിടെ കാര്യങ്ങൾ വിഭജിതമാകുന്നതെന്ന അറിവ് അയാളെ ഭീതിയിൽ വീഴ്ത്തുന്നു. ഇതിനിടെ വൈദ്യുതി മടങ്ങിയെത്തി. Aയും Bയും Cയും ഒരു സംഘഗാനംപോലെ മുറിയിലേക്കണഞ്ഞു.

A: നിങ്ങൾ ആദ്യമായി സ്വപ്നം കണ്ടത് എപ്പോൾ?

X: ആദ്യത്തെ കാര്യങ്ങൾ എപ്പോഴാണ് സംഭവിച്ചതെന്ന് ആർക്കറിയാം. ആദ്യകഥ, ആദ്യസ്വപ്നം, ആദ്യസ്ഖലനം, ആദ്യപ്രണയം, ആദ്യ ചുംബനം എന്നിങ്ങനെ ഓരോന്നും ആദ്യമായങ്ങ് സംഭവിക്കുകയല്ല. അത് ആരംഭിക്കുന്നതോ അവസാനിക്കുന്നതോ നാം അറിയുന്നില്ല.

B: ചോദ്യത്തിൽ നിന്ന് നിങ്ങൾ വഴുതുകയാണ്.

X: ചോദ്യം എന്നിൽ നിന്ന് വഴുതിപ്പോകുന്നു എന്നതാണ് സത്യം. ഇതിന് മറുപടിയായി ഞാൻ ഒരു ചോദ്യം ചോദിക്കാം. ചോദ്യത്തെ ചോദ്യംകൊണ്ട് തടുക്കുകയാണെന്ന് ദയവായി തെറ്റിദ്ധരിക്കരുത്.

C: ഇല്ല. ഇവിടെ എല്ലാവർക്കും ശരിയായ ധാരണകൾ മാത്രമേയുള്ളു. ഞങ്ങളുടെ ധാരണകൾ എന്തുതന്നെയായാലും അതാണ് ശരി. മറിച്ചുള്ള ധാരണകളൊക്കെ തെറ്റിദ്ധാരണകളാണ്.

X: ശരിയാണ്. എല്ലാ ധാരണകളും ഒരേസമയം ശരിയാണ്, തെറ്റുമാണ്.

A: നിങ്ങൾ ഉത്തരം പറയൂ.ഹേ...വെറുതെ അതുമിതും പുലമ്പാതെ... ഫയലുകൾ നോക്കാൻ ഇനിയെത്ര ബാക്കി.

X: അതായത് ഞാൻ ഒരു കാര്യം പറയാം. സ്ത്രീകൾ പൊതുവെ സുന്ദരികളാണല്ലോ? ഈ സുന്ദരികളായ സ്ത്രീകളുടെ ഏതുതരം ചലനത്തെയാണ് നിങ്ങൾ കാണാൻ ഇഷ്ടപ്പെടുക? ഞാൻ വിശദീകരിക്കാം. മുറ്റം തൂക്കുന്ന സ്ത്രീ, പശുവിന്റെ പാൽ കറക്കുന്ന സ്ത്രീ, സൈക്കിളിൽ സഞ്ചരിക്കുന്ന സ്ത്രീ, സ്കൂട്ടറോടിക്കുന്ന സ്ത്രീ, ട്രാഫിക് നിയന്ത്രിക്കുന്ന സ്ത്രീ, നെല്ലു കുത്തുന്ന സ്ത്രീ, കമ്പ്യൂട്ടറിൽ ഡേറ്റാ എന്റർ ചെയ്യുന്ന സ്ത്രീ, ആരെയോ കാത്തുനില്ക്കുന്ന സ്ത്രീ, നൃത്തം ചെയ്യുന്ന സ്ത്രീ, കരയുന്ന സ്ത്രീ, ഉറങ്ങുന്ന സ്ത്രീ എന്നിങ്ങനെ വിവിധ കാര്യങ്ങൾ ചെയ്യുന്ന സ്ത്രീകളുണ്ട്.

C: എനിക്ക് സമയമില്ല. അവ്നിൽ വച്ചിരിക്കുന്ന കേക്ക് പാകമായോ എന്ന് നോക്കിയിട്ട് ഞാൻ ഉടനെയത്താം. നിങ്ങൾ ഇന്റർവ്യൂ തുടർന്നോളു.

X: എനിക്ക് ഇഷ്ടം കിണറ്റിൽ നിന്ന് വെള്ളം കോരുന്ന സ്ത്രീയെയാണ്.

A: ഹ......ഹ.....നിന്റെ മനസ്സിലിരിപ്പ് വെളിയിൽ വരുന്നു. വെള്ളം കോരുന്ന സ്ത്രീയുടെ ഭംഗി. അതൊന്നു വേറേതന്നെ.

X: സ്റ്റിക്കർപൊട്ട് നെറ്റിയിലൊട്ടിക്കുന്നത് എനിക്കിഷ്ടമില്ല. സീമന്ത രേഖയിൽ മറ്റൊരു പൊട്ടുകൂടി ചിലർ ചാർത്താറുണ്ടല്ലോ അത്തരം സ്ത്രീകൾ കാപട്യക്കാരികളാണെന്ന് ഞാൻ വിചാരിക്കുന്നു. ഭർത്താവിന് പ്രത്യേകിച്ചൊരു പൊട്ടോ? നെറ്റിയിൽ ചുവന്ന കുങ്കുമം ചാർത്തുകയും അതിന്റ ശകലങ്ങൾ മൂക്കിലടർന്നുവീഴുകയും വിയർപ്പിൻ കണങ്ങളിൽ അത് നനയുകയും...

B: പ്രാകൃതമായ ഇത്തരം ഡയലോഗുകൾ ഞങ്ങൾക്ക് ഒരു സുഖവും തരുന്നില്ല. ഇന്റർനെറ്റിലെ പോമ്യൂൺസൈറ്റുകൾ കണ്ട് ഇമ്യൂണായ ഞങ്ങൾക്ക് എന്തിനീ ഞരമ്പുസംഭാഷണങ്ങൾ! നീ ആദ്യമായി കഥയെഴുതിയതെന്ന്, എന്നതാണ് ഞങ്ങൾക്കറിയേണ്ടുന്നത്.

X: സുഹൃത്തുക്കളെ...എന്റെ ചോദ്യങ്ങൾക്ക് മറുപടി പറയാൻ നിങ്ങൾ ബുദ്ധിമുട്ടുന്നതുപോലെ ഞാനും ബുദ്ധിമുട്ടുകയാണ്. ഏതാണ് സുന്ദരിയായ സ്ത്രീ?

A: എന്തു സൗന്ദര്യം? എന്തു സ്ത്രീ? ഈ സ്ത്രീകളുടെ വസ്ത്രധാരണത്തിന്റെ കാര്യമൊന്നും പറഞ്ഞില്ലല്ലോ. സ്കൂട്ടറോടിക്കുന്നവളും കാറോടിക്കുന്നവളുമൊക്കെ സാരിയാണോ ചുരിദാറാണോ മറ്റെന്തെങ്കിലുമാണോ ധരിച്ചിരിക്കുന്നത്? ഇനി നഗ്നകളാണോ ഇവരൊക്കെ?

B: സ്ത്രീകളെക്കുറിച്ച് ഈ വിധത്തിലൊക്കെ പറയാൻ ആർക്കാണധികാരം? അവർ നിങ്ങളുടെ ഇഷ്ടം കാത്തുനില്ക്കുന്നവരല്ല. അവർക്ക് അവരുടേതായ രീതിയിൽ പലതും ചെയ്യുവാനുള്ള സ്വാതന്ത്ര്യമുണ്ട്. അവരുടെ ചലനങ്ങളെ ഈ ചർച്ചയിലേക്ക് വലിച്ചിഴച്ച X വലിയൊരു പാതകമാണ് ചെയ്തിരിക്കുന്നത്. ചർച്ച അതിന്റെ കേന്ദ്രത്തിലേക്ക് വരട്ടെ. നമ്മൾ Xനെ ഇന്റർവ്യൂ ചെയ്യുകയാണ്.

X: സ്ത്രീകളെക്കുറിച്ച് ചിന്തിക്കുന്നത് പാപമാണോ? അങ്ങനെ ഒരിടത്തും ഞാൻ കേട്ടിട്ടില്ല. മാത്രവുമല്ല പുരുഷന്മാരിലൊക്കെത്തന്നെ അദൃശ്യയായ ഒരു സ്ത്രീ വർത്തിക്കുന്നു. സ്ത്രീകൾക്കുള്ളിൽ പുരുഷനും.

ഇതിനിടെ C വീണ്ടും മടങ്ങിയെത്തുന്നു.

B: "അവ്നിലെ കേക്ക് എങ്ങനെയുണ്ട്?"

C: "ആയിട്ടില്ല .ഇനിയും അഞ്ചുമിനിട്ടെങ്കിലും വേണ്ടിവരും."

A: "ഹ...ഹ...ഹ...വെള്ളം കോരുന്ന സ്ത്രീ."

C: "സ്ത്രീകളും പുരുഷന്മാരുമൊക്കെ അവരവരുടെ ജോലികൾ ചെയ്തുകൊള്ളും. എനിക്കറിയേണ്ടുന്നത് നമ്മുടെ X നെക്കുറിച്ചാണ്."

X: "എന്നെക്കുറിച്ച് നിങ്ങൾ കരുതുന്നതുപോലെ ചർച്ചചെയ്യത്തക്കവിധം കാര്യമായ ഒന്നുംതന്നെയില്ല. ചില കഥകളോ കവിതകളോ എഴുതി എന്നുമാത്രം. ഇവയൊന്നുംതന്നെ ലക്ഷണമൊത്തത് ആണെന്ന് തോന്നുന്നില്ല. ദയവായി എന്നെ വെറുതെ വിടൂ."

A: "ഇടയ്ക്കിടെ നിങ്ങളെ ടെലിഫോണിൽ വിളിക്കാറുള്ള ആ സ്ത്രീ ആരാണ്? നിങ്ങളുടെ ടെലിഫോൺ സംഭാഷണം വളരെ ദീർഘിക്കുന്നു. അവൾ നിങ്ങളുടെ കാമുകിയാണോ?"

X: "ഉത്തരം പറയുവാൻ എനിക്ക് താല്പര്യമില്ല."

A: "അവളുടെ പേരെന്താണ്? നിങ്ങൾ ആ സ്ത്രീയുമൊത്ത് ചുറ്റിത്തിരിയാറുണ്ടോ? നിങ്ങൾ അവളെ പ്രണയിക്കാറുണ്ടോ?"

X: "മുന്തിരിനിറമുള്ള ചുരിദാറണിയുമ്പോൾ അവൾ എന്റെ കാമുകി. നീല നിറമുള്ള സാരിയിൽ സഹോദരി. മിഡിയും ടോപ്പുമണിയുമ്പോൾ മകൾ. ഭക്ഷണം വിളമ്പിത്തരുമ്പോൾ ഭാര്യ. ശാന്തമായ ആകാശത്തിൽ മേഘംപോലെ ഇഴഞ്ഞുനടക്കുമ്പോൾ അമ്മ."

A: "നിങ്ങൾ സത്യത്തിൽ എഴുതുന്നത് കഥകളോ കവിതകളോ അല്ല. നിങ്ങൾ ഒരു എഴുത്തുകാരനുമല്ല. നിങ്ങളുടെ സൃഷ്ടികൾ വായിക്കാതെ തന്നെ എനിക്കിതൊക്കെ ഊഹിക്കാവുന്നതാണ്. പക്ഷേ, ഞങ്ങൾ നിങ്ങളെ ഇന്റർവ്യൂ ചെയ്യുകയാണ്. ഒരു ഇര ഞങ്ങൾക്ക് ആവശ്യമാണ്."

B: "അവ്നിലെ കേക്ക് ഉടനെ പാകമാകും. അതിനുമുമ്പ് ഈ ഇന്റർവ്യൂ അവസാനിപ്പിക്കേണ്ടതുണ്ട്. നിങ്ങൾക്ക് സെൻസേഷനലായ എന്തെങ്കിലും പറയാനുണ്ടോ? എങ്കിൽ പറഞ്ഞോളൂ."

X: "ഇല്ല. പാറിപ്പൊളിഞ്ഞ ഒരു മനുഷ്യൻ മാത്രമാണ് ഞാൻ. രൂക്ഷമായ സ്നേഹങ്ങളും അതിലും രൂക്ഷമായ വെറുപ്പുകളുമുള്ള ഒരു മനുഷ്യൻ."

C: "ഞാൻ ഒരു തമാശച്ചോദ്യം ചോദിക്കാം. ഒരു ദിവസം പുലി അതിന്റെ കാട്ടിലൂടെ നടന്നുപോവുകയായിരുന്നു. എതിരെ നടന്നുവരുകയാണ് നമ്മുടെ ഗാന്ധി."

B: "ഗാന്ധിയോ?"

A: "അതെ...നമ്മുടെ ഗാന്ധിയേ..നൂറിന്റെയും അഞ്ഞൂറിന്റേയും നോട്ടിലൊക്കെയുള്ള..."

A,B: "ങ്ങാ...ങ്ങാ..."

C: "ഗാന്ധിയെ കണ്ടപ്പോൾ പുലി പറഞ്ഞു ഇന്ദിരാഗാന്ധിയെന്ന്. പുലി അങ്ങനെ പറഞ്ഞതിന് കാരണമെന്ത്? ...ഉത്തരം പറയണം."

X: "ഞാനെന്തിന് ഈ ചോദ്യത്തിന് മറുപടി പറയണം?"

B: "ഇത് ഇന്റർവ്യൂവാണ്. നിങ്ങൾ ഉത്തരം പറഞ്ഞേ പറ്റൂ."

X: "ഇല്ല... ഞാൻ പറയില്ല."

A: "പറയില്ലേ? ഞങ്ങളെ കളിയാക്കുന്നോ? നിന്നെക്കൊണ്ട് ഞാൻ പറയിക്കാം."

C: (കൊഞ്ചിക്കൊണ്ട്) "പറയൂ കുട്ടാ. ഉത്തരം പറ. ഇല്ലെങ്കിൽ ഞാൻ പിണങ്ങും."

C യുടെ സുന്ദരമുഖത്തേക്ക് നോക്കി നില്ക്കവേ ഒരു നിമിഷം X ന്റെ മനസ്സിൽ ചില ലൈംഗിക ചിന്തകൾ മൂളിപ്പറക്കുന്നു.

X,C: "എന്നോട് പിണങ്ങരുത്."

C: "എന്നാൽ ഉത്തരം പറയിൻ."

X,C: "എന്നോട് പിണങ്ങരുത്."

C : "ഉത്തരം പറയൂ കുട്ടാ.... എന്താണ് പുലി അങ്ങനെ പറഞ്ഞത്?"

X: "പുലി അങ്ങനെ പലതും പറയും. പുലിക്ക് ഗാന്ധിജിയേയും ഇന്ദിരാഗാന്ധിയേയും തിരിച്ചറിയില്ലായിരിക്കും."

C: "ഉത്തരമറിയില്ലെങ്കിൽ തുല്ലിട്ടാൽ മതി."

X: "അറിയില്ല."

A,B,C: "ഹ...ഹാ....ഒരു ചെറിയ കുസൃതിചോദ്യത്തിനുപോലും നിങ്ങൾക്ക് ഉത്തരമറിയില്ല."

X: "ശരിയാണ്. ചെറിയ ചോദ്യങ്ങൾക്കു മുന്നിൽപോലും ഞാൻ പതറും. അതാണ് എന്റെ വിധി."

A: "ഹ...ഹാ...പിന്നെയും നാട്യം. നിങ്ങൾ പിന്നെയും നടിക്കുന്നു. ശരിക്കും ഞങ്ങളെപ്പോലെയുള്ള ഒരു സാധാരണക്കാരൻ മാത്രമാണ്. എഴുത്തുകാരനെന്നും വ്യത്യസ്തനെന്നും മറ്റും വെറുതെ നടിക്കുന്നു."

X: "ഒരു സാധാരണ മനുഷ്യൻ മാത്രമാണ് ഞാൻ. എഴുതുക എന്നത് ഒരിക്കലും അസാധാരണമായ ഒരു കാര്യമല്ല."

C: "ഇന്നിര എക്സ്. ഇന്ന്....ഇര....എക്സ് ...(ചിരിക്കുന്നു.)"

Xയും Bയും ഈ ചിരിയിൽ പങ്കാളികളാകുന്നു. പിന്നെയും വൈദ്യുതി നിലയ്ക്കുന്നു. എവിടെയോ ഗ്രനേഡുകൾ പൊട്ടുന്നതിന്റെ ഒച്ച.

വൈദ്യുതി നിലയ്ക്കുമ്പോൾ പകലാണെങ്കിലും മുറിക്കുള്ളിൽ ഇരുട്ട് ആധിപത്യം സ്ഥാപിക്കുന്നു. ഇരുട്ടിൽ സംഭാഷണങ്ങളുടെ തിളക്കം.

A: "പിന്നെ ഒരു കാര്യം. ഗാന്ധിജിയുടെ കാര്യം പറഞ്ഞപ്പോഴാണ് ഓർമ്മ വന്നത്. ഇന്നു രാവിലെ ക്രഡിറ്റ് കാർഡ് ക്യാൻവാസ് ചെയ്യാൻ വന്ന കുട്ടി പറഞ്ഞതാണ്. ഗാന്ധിജി ശരിക്കും ഒരു കള്ളനാണെന്ന്."

B: "ഇന്ന് രാവിലെ ക്രെഡിറ്റ് കാർഡ് ക്യാൻവാസ് ചെയ്യാൻ വന്ന കുട്ടിയോ?"

A: "അതേ അതേ.... ആ കുട്ടിതന്നെ."

അശരീരിപോലെ കുട്ടിയുടെ ശബ്ദം:

ഗാന്ധിജി വാസ് എ ലീഡർ. എ ഗ്രേറ്റ് ലീഡർ. അദ്ദേഹം രാജ്യത്തെ കബളിപ്പിച്ചു. ഹി വാസ് സേഫ്. ഹീ വാസ് എ ലീഡർ. അയാൾ സൗത്ത് ആഫ്രിക്കയിൽ ഇഷ്ടംപോലെ സമ്പാദിച്ചിട്ടുണ്ട്.

A: (അതിശയത്തോടെ) "എന്ത്? ഗാന്ധിജിയോ?"

"അതേ സാർ, ഹി വാസ് എ ചീറ്റ്. ഗാന്ധി വാസ് എ വെൽത്തി മാൻ. അയാൾ രാജ്യത്തിനുവേണ്ടി സ്വന്തം സ്വത്തിന്റെ ചെറിയ അംശം പോലും കൊടുത്തില്ല. സൗത്ത് ആഫ്രിക്കയിൽ ഏക്കറു കണക്കിന് വാങ്ങി ക്കൂട്ടുകയും ചെയ്തു. ഗാന്ധിജിയുടെ അവകാശികൾ ഇപ്പോൾ സൗത്ത് ആഫ്രിക്കയിൽ പ്രഭുക്കന്മാരായി വിലസുന്നു."

മുകളിലത്തെ സംഭാഷണം അവസാനിക്കുന്നതോടൊപ്പം മറ്റൊരു ഭാഷണം ആരംഭിക്കുന്നു. ശബ്ദം A യുടേതോ B യുടേതോ C യു ടേതോ ആകാം. ഇനി മറ്റാരുടേതെങ്കിലും ആവാനും സാദ്ധ്യതയുണ്ട്.

A/B/C: "എഴുത്തുകാരൻപോലും, എഴുത്തുകാരൻ. സീരിയലിന്

ഒരു പ്രേതകഥയോ, വായിക്കാൻ പറ്റിയ ഒരു കണ്ണീർ ഫീച്ചറോ പോലും എഴുതാൻ കഴിയാത്ത എഴുത്തുകാരൻ."

വൈദ്യുതി മടങ്ങിയെത്തുമ്പോൾ X നഗ്നനാണ്. നഗ്നമായ ആ ശരീരത്തിൽ മുറിവുകളുണ്ട്. Xന്റെ കണ്ണുകൾ അശാന്തമായി എന്തോ പരതുകയാണ്. A, B, C തുടങ്ങിയവർ ഒരു മേശയ്ക്ക് ചുറ്റുമിരുന്ന് കേക്ക് തിന്നുകയാണ്.

C: "കേക്ക് എങ്ങനെയുണ്ട്?"

A: (C യുടെ ചന്തിയിൽ മൃദുവായി നുള്ളിക്കൊണ്ട്) "നല്ല മധുരം."

B : നീയുണ്ടാക്കുന്നതെന്തും മധുരമുള്ളതാണ്.

X, ഒരു ചെറിയ കഷണം കേക്കിനായി ആഗ്രഹിക്കുന്നുണ്ടാവാം. എന്നാൽ ആരും അയാളെ തിരിഞ്ഞുനോക്കുന്നില്ല.

എന്തുകൊണ്ട് X മറ്റുള്ളവർക്കൊപ്പമിരുന്ന് കേക്ക് തിന്നുന്നില്ല എന്നത് അപ്രസക്തമോ വിഡ്ഢിത്തം നിറഞ്ഞതോ ആയ ഒരു ചോദ്യമാവാം. എന്നാൽ അതും ഒരു ചോദ്യം തന്നെയാണ്.

വേച്ച് വേച്ച് സ്വന്തം ഇരിപ്പിടത്തിൽനിന്ന് X എഴുന്നേല്ക്കുന്നു. അകലെ ചക്രവാളത്തിലേക്ക് നോക്കി നില്ക്കുകയാണ് X. അപ്പോൾ P, Q, R, S എന്നിവരുടെ സംഘം കടന്നുവരുന്നു. ബുദ്ധിജീവികളുടെ സംഘമാണത്.

Pചിത്രകാരൻ/ചിത്രകാരി ദേശത്തും വിദേശത്തുമായി നിരവധി ചിത്രപ്രദർശനങ്ങൾ നടത്തിയിട്ടുണ്ട്. അന്തർദ്ദേശീയ തലത്തിൽ പുരസ്കാരങ്ങൾ ലഭിച്ചിട്ടുണ്ട്.

Q- ജ്ഞാനപീഠ പുരസ്കാരം നേടിയ എഴുത്തുകാരൻ/എഴുത്തുകാരി

R- പ്രസിഡന്റിന്റെ സ്വർണ്ണകമലം നേടിയ എഴുത്തുകാരൻ/എഴുത്തുകാരി

S- ബുദ്ധിജീവി. രാഷ്ട്രീയചിന്തകൻ/ചിന്തക, നിരൂപകൻ/നിരൂപക. P, Q, R തുടങ്ങിയവരുമായി ഗാഢസൗഹൃദം പുലർത്തുന്നു.

A, B, C, P, Q, R, S എന്നിവർ ഒത്തുചേരുമ്പോൾ സൗഹൃദസംഗീതത്തിന്റ അലകൾ അന്തരീക്ഷത്തിൽ നിറയുന്നു.

എല്ലാവരും കേക്ക് തിന്നുകയാണ്.

P: (Xന്റെ നേർക്ക് വിരൽ ചൂണ്ടി) "ആരാണയാൾ?"

A: "ഒരു കഥാകാരനാണ് പോലും."

P: "ഓ.........കഥാകാരൻ."

Q: "എന്തു കഥയാണ് ഇപ്പോഴത്തെ കഥ! മലയാളത്തിൽ കഥാകാരന്മാരെന്ന് പറഞ്ഞുനടക്കുന്ന പതിനായിരം പേരെങ്കിലുമുണ്ടാകണം."

S: "അതിലും കൂടുതൽ പേർ ഉണ്ടായെന്നും വരാം. നമുക്ക് കേക്ക് തിന്നാം."

R: "ഞാൻ കൊണ്ടുവന്നിട്ടുള്ള മുന്തിരിച്ചാറിൽ മുക്കി നമുക്കിത് കഴിക്കാം."

B: "രക്തംപോലെ ചുവന്ന മുന്തിരിച്ചാറ്!"

S: "ഇതിൽ മുക്കിക്കഴിയുമ്പോൾ കേക്ക് മാംസമായി മാറും."

Q: "രക്തവും മാംസവും!"

P: "മനുഷ്യരക്തവും മാംസവും!"

ഇപ്പോൾ കുറേശ്ശേയായി X ഒരു ഹിമപാളി പോലെ അലിഞ്ഞുതീരുകയാണ്.

അകലെ തെരുവിലൂടെ നിശ്ശബ്ദം നടന്നുപോകുന്ന Z എന്ന സുന്ദരിക്കരികിൽ X പ്രത്യക്ഷപ്പെടുന്നു. ചുംബിക്കുന്നതുപോലെ അഗാധമായി, തീവ്രമായി അവർ പരസ്പരം പുഞ്ചിരിക്കുന്നു.

Z: "ഇന്ന് X വണ്ടിയെടുത്തില്ലേ? എന്താണ് നടന്നുപോകുന്നത്?"

X: "അതെ!....... എന്തുപറ്റി? ഇന്ന് നേരത്തെയാണല്ലോ."

Z: "കടയിൽ കയറണം. കുറച്ചു സാധനങ്ങൾ വാങ്ങിക്കാനുണ്ട്." പിന്നെയും ചുംബിക്കുന്ന മട്ടിൽ ചിരിച്ചുകൊണ്ട് അവർ പിരിയുന്നു.

X എന്ന ഹിമപാളി ഇപ്പോഴും അലിഞ്ഞുതീർന്നിട്ടില്ല. Z മുമ്പൊരിക്കൽ തന്ന ആപ്പിളിനെപ്പറ്റി, X ഓർമ്മിക്കുകയാണ്.

കഴിഞ്ഞുപോയ ഏതോ കാലത്തിൽനിന്ന് ഒരു മൃദുചുംബനം, അത് നല്കിയ അധരത്തിന്റെയും അധരത്തിന്റെ ഉടമയുടെയും അല്ലെങ്കിൽ ഉടമകളുടേയും അകമ്പടിയോടെ കടന്നുവരുന്നു. അലിയുന്ന ഹിമശില്പത്തിന്മേൽ ചുംബനം ഒരു രക്തകംബളമുണ്ടാക്കുന്നു.

ഈയാംപാറ്റകൾ എല്ലായിടത്തും പറന്നു നിറയുന്നു.

നിശ്ശബ്ദതയുടെ തിരശ്ശീലയ്ക്കുമേൽ A, B, C, P, Q, R, S തുടങ്ങിയവരുടെ അവ്യക്ത സംഭാഷണങ്ങളുടെ അലകൾ.

കണ്ണാടിയും പ്രതിബിംബങ്ങളും

അത് പഴയ ഒരു കാലമാണ്. കണ്ണാടികളുടെ കാലം. പ്രതിബിംബങ്ങളുടെ കാലം. കഴിഞ്ഞുപോയ കാലം.

അന്ന് കണ്ണാടിയിൽ പ്രതിബിംബിച്ചിരുന്നതൊക്കെ മനോഹര ദൃശ്യങ്ങളായിരുന്നു. കണ്ണാടി എല്ലാത്തിനേയും കാണിച്ചുകൊടുത്തിരുന്നു. കണ്ണാടിയിലില്ലാത്തതൊന്നും ജീവിതത്തിലും ഇല്ലായിരുന്നു.

കണ്ണാടിയിലെ പ്രതിബിംബം അയാഥാർത്ഥ്യമാണെന്ന് ആരെങ്കിലും പറഞ്ഞിരുന്നെങ്കിൽ തന്നെ അതിനൊന്നും ദേവികയിലേക്ക് കടന്നു ചെല്ലാനാവില്ല. അത് അങ്ങനെയൊരു കാലം.

പ്രഭാതത്തിൽ പടിഞ്ഞാറുദിക്കുന്ന സൂര്യനെ ദേവിക കണ്ണാടിയിൽ കണ്ടു. കണ്ണാടിയിലൂടെ, ഗന്ധർവ്വന്മാർ ആകാശത്തു നിന്ന് അദൃശ്യമായ നൂലേണിയിലേറി ജീവിതത്തിലേക്ക് പടർന്നു.

മഴയുടെ പളുങ്കുതൂവാലകളണിഞ്ഞ് പക്ഷികൾ കണ്ണാടിയിൽ പറന്നു നടന്നു.

വെയിലിൽ തുമ്പികൾ നിശ്ചലമാകുന്നതും മഞ്ഞിൽ കാമുകീകാമുകന്മാർ അവ്യക്തമായി അലിഞ്ഞുപോകുന്നതും ദേവിക കണ്ടത് കണ്ണാടിയിലാണ്.

കണ്ണാടിയിൽ സമുദ്രം വിക്ഷുബ്ദ്ധമായി. ഗിരിശിഖരങ്ങൾ ഏകാന്തമായി.

കണ്ണാടി എപ്പോഴും അവളോട് ചിരിക്കുക മാത്രം ചെയ്തു. അരുമയായ നോട്ടത്തിൽ അത് അവളുടെ കുറുനിരകളെ തഴുകി. നിശ്വാസങ്ങളുടെ നീലപ്പുക കൊണ്ട് അവളെ മൂടി.

കണ്ണാടിയിലെ അവളുടെ പ്രതിബിംബം ജ്വാലപോലെ തീക്ഷ്ണവും സുന്ദരവുമായിരുന്നു.

കണ്ണാടിക്കപ്പുറത്തെ ജീവിതത്തിലേക്ക് നോക്കുമ്പോഴൊക്കെ എന്തോ ഒന്ന് അവളെ ചെറുത്തു.

ആരായിരുന്നു അത്!

ദേവികയ്ക്കുള്ളിൽ തന്നെ അദൃശ്യമായി തുടരുന്ന മറ്റൊരു ദേവികയോ? അച്ഛനോ? ദൈവമോ.. ആയയോ, കാമുകനോ..? അതോ ഇവർ എല്ലാവരും ഒന്നുചേർന്നോ?

ഏതായാലും ദേവികയുടെ വീട്ടിൽ അനേകം കണ്ണാടികൾ ഉണ്ടായിരുന്നു. ഈ കണ്ണാടികൾ പ്രതിബിംബങ്ങളെ തെളിമയോടെ ആവിഷ്കരിക്കുകയും ചെയ്തു.

ആവർത്തിച്ചു പ്രതിഫലിപ്പിക്കുന്ന സമാന്തരമായ കണ്ണാടികൾക്കിടയിൽ അവൾ കുടുങ്ങിയപ്പോൾ പ്രതിബിംബങ്ങൾ അനന്തതയുടെ മുഴക്കവുമായി ദേവികയെ കുഴക്കി.

കാമുകന്റെ ചുമലിൽ ചാരി സങ്കോചത്തോടെ അവൾ വിതുമ്പി. അപ്പോൾ പ്രതിബിംബങ്ങളും വിതുമ്പുകയും കാമുകന്റെ ചുമലിൽ ചാരുകയും ചെയ്തു. കല്പിതദൃശ്യങ്ങളുടെ പെരുമയിൽ അവളും ഒരു കല്പിതദൃശ്യമായി.

ചിലപ്പോൾ കണ്ണാടിയിൽ നിന്ന് ദേവികയിലേക്ക് ദൃശ്യങ്ങൾ ഇറങ്ങിച്ചെന്നു. ചിലപ്പോൾ കണ്ണാടിയിലേക്ക് അവളുടെ ദൃശ്യങ്ങൾ കടന്നു കയറി.

അതൊക്കെ ഉത്സവങ്ങളുടെ കാലമായിരുന്നു.

കണ്ണാടികളുടേയും പ്രതിബിംബങ്ങളുടേയും കാലം.

ദേവിക നൃത്തം ചെയ്യുന്ന വേദികളിൽ കണ്ണാടികൾ പ്രതിബിംബങ്ങളുടെ അനന്തത സൃഷ്ടിച്ചു. ചിലപ്പോൾ ദേവിക കണ്ണാടികൾക്കുള്ളിലേക്ക് കടന്നു കയറി നൃത്തം ചെയ്തു. അവൾക്ക് ചുറ്റുമുണ്ടായിരുന്ന കൈയടികളും ആൾക്കൂട്ടവുമൊക്കെ കണ്ണാടിക്കുള്ളിൽ കടന്നുചെന്നു.

കണ്ണാടികൾക്കിടയിലിരിക്കവെ കാമുകൻ അവളുടെ കവിളിൽ നുള്ളി. ബാഷ്പകണങ്ങൾ കണ്ണാടികളിൽ അനന്തമായി പെരുകി.

അവൾ കണ്ണാടികളോട് ചോദിച്ചു: “നിങ്ങൾ എന്നെ സ്നേഹിക്കുന്നുണ്ടോ?”

പ്രതിബിംബങ്ങൾ ചാഞ്ഞും ചെരിഞ്ഞും ചിരിച്ചും കരഞ്ഞും അവളെ പ്രലോഭിപ്പിച്ചു. എല്ലാം അവളുടെ പ്രതിബിംബങ്ങൾ.

പ്രഭാതത്തിലും മദ്ധ്യാഹ്നത്തിലും സായാഹ്നത്തിലും ഒക്കെ അവളുടെ ശരീരത്തിന് ചെറിയ വ്യതിയാനങ്ങളുണ്ടാകാറുണ്ടെന്ന് കണ്ണാടികൾ അവൾക്ക് പറഞ്ഞുകൊടുത്തു. അവളുടെ ശരീരത്തിലെ മനോഹരമായ വളവുകൾ ...വളവുകളിൽ പൊടിയുന്ന വിയർപ്പിന്റെ കണങ്ങൾ... ചെറിയ അടയാളങ്ങൾ...!

ചിലപ്പോൾ നിശാവസ്ത്രത്തിന്റെ പ്രലോഭനീയമായ ലാവണ്യവുമായി അവൾ കണ്ണാടിക്കു മുന്നിൽ നിന്നു. അപ്പോൾ അവളുടെ ശരീരം അവളെത്തന്നെ പ്രലോഭിപ്പിച്ചു. അവളുടെ കണ്ണുകൾ അവളെ വിഴുങ്ങി.

ചിലപ്പോൾ ദേവിക വസ്ത്രങ്ങളോരോന്നായി കണ്ണാടിക്കുള്ളിലേക്ക് ഊരിയെറിഞ്ഞു. നഗ്നതയുടെ നിലാവ് തണുത്ത കാറ്റായി അവളെ ചൂഴ്ന്നു. നഗ്നതയുടെയും നിലാവിന്റെയും ഉന്മത്തത പേറി അവൾ കാമുകന് ഡയൽ ചെയ്തു.

ഒഴുകിയണഞ്ഞ കാറിൽനിന്നും, ശബ്ദമുണ്ടാക്കാത്ത കാൽവയ്പുകളും വിലകൂടിയ ഡിയോഡറന്റിന്റെ പ്രസരിപ്പുമായി കാമുകർ വന്നു. കണ്ണാടിക്കുള്ളിൽ അവർ പ്രവേശിച്ചു. കണ്ണാടിയുടെ സുതാര്യതയിൽ നഗ്നരായി.

ആസക്തിയുടെ അങ്ങേത്തലയ്ക്കൽ നിന്ന് ആലസ്യത്തിലേക്ക് വഴുതുമ്പോൾ അവൾ പ്രതിബിംബത്തിന്റെ ആലസ്യവും ചാരുതയും കണ്ടു.

ദേവിക ജീവിതത്തിലേക്ക് തിരിഞ്ഞുനോക്കിയില്ല.

പ്രതിബിംബങ്ങളുടെ നിറങ്ങളും തിരക്കും അവളെ വിഴുങ്ങി. അങ്ങനെ പ്രതിബിംബങ്ങളുടേയും കണ്ണാടികളുടേയും ഇടനാഴിയിലൂടെ കാലം മുന്നോട്ടു നീങ്ങി.

“ഒരു നർത്തകിയുടെ ജീവിതം ഇങ്ങനെയൊക്കെയാണ്.” കാമുകരിലൂടെ സഞ്ചരിക്കുമ്പോൾ അവൾ പറഞ്ഞു.

“ഒരു നടിയുടെ ജീവിതം ഇങ്ങനെയൊക്കെയാണ്.” പ്രതിബിംബങ്ങളോട് കൈവീശി, പ്രകാശം പുരണ്ട തുവാലകൊണ്ട് മുഖം തുടച്ച് പ്രസരിപ്പ് വീണ്ടെടുക്കുമ്പോൾ അവൾ പറഞ്ഞു.

“നീ സുന്ദരിയാണ്” കണ്ണാടി അവളോട് പറഞ്ഞു. പിന്നെ തൊട്ടടുത്ത നിമിഷം കണ്ണാടി ഒരു കാമുകനായി. സ്വയം പ്രതിബിംബിച്ചുകൊണ്ട് അവളുടെ വസ്ത്രങ്ങളുടെ ഓർമ്മകൾ ഓരോന്നായി അയാൾ ഇല്ലാതാക്കി. ഒടുവിൽ കുഞ്ഞടിവസ്ത്രത്തിന്റെ വില കൂടിയ സൗന്ദര്യത്തിലൂടെ സഞ്ചരിച്ചു.

അവസാനം അതും ഇല്ലാതായി. നഗ്നതയുടെ അനന്തത കണ്ണാടികളിൽ ഉന്മത്തമായി.

“എന്നും നീ തിളങ്ങുന്ന പാവാടയുമായി വേദിയിൽ നൃത്തം ചെയ്യാനുള്ളവളല്ല. ഇങ്ങനെയുമുണ്ട് ചിലതൊക്കെ!” കണ്ണാടി അവളോടു പറഞ്ഞു.

അങ്ങനെയങ്ങനെ കണ്ണാടിയുടെ ഉൾപ്രദേശങ്ങളിലേക്ക് അവൾ നുഴഞ്ഞു ചെന്നു.

ഒരു ദിവസം പ്രഭാതത്തിൽ കവിളിൽ പതിവില്ലാത്ത ഒരു ചുളിവ് ദേവിക കണ്ടു.

“ഈ വര അധികമാണ്..” അവൾ കണ്ണാടിയോട് പറഞ്ഞു. കണ്ണാടി മറുപടി പറഞ്ഞില്ല.

“ഈ വര അധികമാണ്. ഇല്ലേ?” അവൾ അന്നത്തെ കാമുകനോട് ചോദിച്ചു.

“ഒരു വരയും അധികമല്ല .ഇതൊക്കെ നിന്റെ സൗന്ദര്യത്തിന് മാറ്റുകൂട്ടുന്ന കാര്യങ്ങളാണ്.” അയാൾ അവളിലൂടെ സഞ്ചരിച്ചുകൊണ്ട് പറഞ്ഞു.

മറ്റൊരു മദ്ധ്യാഹ്നത്തിൽ തലയിൽ നിറം മാറിയ ഒരു മുടിയിഴയെ ദേവിക കണ്ടെടുത്തു.

അന്ന് കണ്ണാടിയോടും കാമുകനോടും അവൾ കലമ്പി. കാമുകന്റെ പൊട്ടിച്ചിരിയിൽ വിലകൂടിയ മദ്യത്തിന്റെ കുലീനമായ ഗന്ധമുണ്ടായിരുന്നു.

കണ്ണാടിയും കാമുകൻ പറഞ്ഞത് ആവർത്തിച്ചു.

അന്നത്തെ സായാഹ്നത്തിൽ അവൾ തന്നിൽ ഏകാന്തതയുടെ ഒരു പുതിയ ശാഖ തളിർക്കുന്നതായി അറിഞ്ഞു.

“എന്താണ് ഈ തളിര്?” അവൾ കണ്ണാടിയോട് ചോദിച്ചു.

കണ്ണാടി അവളെ പ്രതിബിംബങ്ങളുടെ തിരക്കിലൂടെ എങ്ങോട്ടേക്കോ കൂട്ടിക്കൊണ്ടുപോയി.

“സമയമായി.”പതയുന്ന മദ്യത്തിനരികിലിരുന്ന് ആരോ പറഞ്ഞു.

“സമയമില്ല.” അവളുടെ വസ്ത്രങ്ങളഴിച്ചുകൊണ്ടിരിക്കെ ആരോ പറഞ്ഞു.

“സമയമില്ല.” അവളിലൂടെ സഞ്ചരിക്കുന്നതിനിടയിൽ ആരോ പറഞ്ഞു.

“സമയമില്ല.” അവളിൽ നിന്ന് പുറത്തേക്കിറങ്ങുന്നതിനിടയിലും ആരോ പറയുകയുണ്ടായി.

ആലസ്യവും പുതിയ ശിഖരത്തിന്റെ അസ്വസ്ഥതയും ബാക്കിയായി.

അവൾ അന്നാദ്യമായി അനേകവർഷങ്ങൾക്കുശേഷം ജാലകത്തിലൂടെ വെളിയിലേക്ക് നോക്കി.രാത്രിയിൽ നക്ഷത്രങ്ങളുണ്ടായിരുന്നു. ചന്ദ്രനുണ്ടായിരുന്നു.

അതൊക്കെ ബാല്യത്തിന്റെ എത്രയോ കാലങ്ങൾക്കപ്പുറം അവൾ ഉപേക്ഷിച്ചുപോയതാണ്. എത്ര വിദൂരമാണ് കാറ്റാടിമരങ്ങൾ നിറഞ്ഞ ആ കടൽത്തീരം. തുമ്പികൾ പാറുന്ന ആ മദ്ധ്യാഹ്നം! പൂക്കളമൊരുക്കാനായി പൂക്കളിറുക്കുന്ന പഴയ കുഞ്ഞിക്കൈവിരലുകൾ!

ക്രമേണ കണ്ണാടികൾക്കിടയിലെ പ്രതിബിംബങ്ങളുടെ തിരക്കിൽ നിന്നൊഴിഞ്ഞാൽ, വല്ലപ്പോഴുമൊക്കെ അവൾ മട്ടുപ്പാവിൽ ചെന്നുനില്ക്കുവാൻ തുടങ്ങി. തെരുവിലേക്കരിച്ചിറങ്ങുന്ന സന്ധ്യയെയും സന്ധ്യയിലൂടെ നടന്നു പോകുന്ന മനുഷ്യരെയും, കൗതുകത്തോടെ അവൾ നോക്കിനിന്നു.

ചിലപ്പോൾ ഒരു ഭ്രാന്തി, ചിലപ്പോൾ ഒരു തെരുവുവേശ്യ, ചിലപ്പോൾ പരാജയപ്പെട്ട ഒരു മനുഷ്യൻ, ഒരു ശവഘോഷയാത്ര, ഇങ്ങനെ ചിലതൊക്കെ അവൾ കണ്ടു.

ഇതൊന്നും ബുദ്ധനെപ്പോലെ അവളെ ഒരു ചിന്തകയാക്കിയില്ല.

ഒക്കെയും പണ്ടു തന്നെ അവൾ കണ്ടിട്ടുള്ളതാണ്.

നടിയും നർത്തകിയുമാകുന്നതിന് മുമ്പ് ഒരു പാൽക്കച്ചവടക്കാരന്റെ മകളായിരുന്നു അവൾ. ചാണകവും പശുവിന്റെ മൂത്രവും പശുക്കളുടെ വിളികളും അവൾക്കറിയാത്തതല്ല. അവൾക്ക് പാവപ്പെട്ട മനുഷ്യരേയും

നിസ്സഹായരായ മൃഗങ്ങളേയും അറിയാം.

ഏതാനും വർഷങ്ങൾ അവൾ കണ്ണാടികൾക്കിടയിലായിരുന്നു.വെന്നു മാത്രം. പ്രതിബിംബങ്ങളുടെ തിരക്കിൽ അവളും കുടുങ്ങിയെന്നു മാത്രം.

മട്ടുപ്പാവിലെ ഇടവേളയ്ക്കുശേഷം പിന്നെയും അവൾ പ്രതിബിംബങ്ങളുടെയും കണ്ണാടികളുടെയും ലോകത്തേക്കുതന്നെ മടങ്ങും. കാമുകരും നൃത്തമുദ്രകളും അവളെ വിഴുങ്ങും. പുതിയവേഷപ്പകർച്ചകളോടെ പുതിയ കഥാപാത്രങ്ങൾക്ക് അവൾ മേക്കപ്പണിയും.

ദേവിക കണ്ണാടിയെ സ്നേഹിച്ചു; കണ്ണാടി അവളെയും.

ഒരു പ്രഭാതത്തിൽ മുഖത്ത് ഒരു പുതിയ ചുളിവു കൂടി കണ്ടപ്പോൾ ദേവിക കണ്ണാടിയോട് പരിഭവിച്ചു.

കണ്ണാടി ഒരു താപസന്റെ നിർമ്മമതയോടെ പറഞ്ഞു:

"ഞാൻ സത്യം മാത്രം പ്രതിബിംബിപ്പിക്കുന്നു."

ദേവികയ്ക്ക് കരച്ചിൽ വന്നു. കരയുന്ന മുഖം കണ്ണാടിയിൽ പ്രതിബിംബിച്ചു. ഈ കരച്ചിലിനുപോലും പഴയ ഭംഗിയില്ലല്ലോ! ദേവിക തിരിച്ചറിഞ്ഞു.

അവളുടെ പഴയ കരച്ചിലിനു ചുറ്റും സൗന്ദര്യത്തിന്റെ വെളിച്ചമുണ്ടായിരുന്നു. പരാഗച്ചിറകുകളുള്ള ചിത്രശലഭങ്ങൾ പാറി നടന്നിരുന്നു.

വിഷാദത്തോടെ ദേവിക ബെഡ്റൂമിലേക്ക് പോയി. ആയ കാരണം തിരക്കിയപ്പോൾ നല്ല സുഖം തോന്നുന്നില്ലെന്ന് പറഞ്ഞ് അവൾ ഒഴിഞ്ഞുമാറി.

പ്രതിബിംബങ്ങളിൽ നിന്നും കണ്ണാടികളിൽനിന്നും പുറത്താക്കപ്പെട്ട പഴയ ഒരു നർത്തകിയായിരുന്നു ആയ. അതിനാൽ ദേവികയുടെ പ്രശ്നം അവർക്ക് മനസ്സിലായി. അവർ അവളെ സൗമ്യമായി തഴുകിയാശ്വസിപ്പിച്ചു. അവളുടെ ശരീരത്തിന്റെ സമൃദ്ധിയിൽ അവരുടെ വിരലുകൾ വിതുമ്പി.

കരഞ്ഞും തളർന്നും ദേവിക ഉറങ്ങി. അതൊക്കെയും കണ്ണാടികൾ പ്രതിബിംബിപ്പിച്ചു.

ഉറക്കബാക്കിയുമായി ദേവിക കട്ടിലിൽ കിടക്കുമ്പോൾ ആയ അറിയിച്ചു.

"ഗുണശേഖരപ്രഭു വന്നിട്ടുണ്ട്."

ദേവികയുടെ പുതിയ സിനിമയുടെ സംവിധായകനാണ് അയാൾ. ഈയിടെയായി ദേവികയുടെ നിത്യസന്ദർശകനുമാണ് ഗുണശേഖരൻ.

"എനിക്ക് സുഖമില്ലെന്ന് പറയു." ദേവിക കട്ടിലിൽ നിന്ന് എഴുന്നേറ്റില്ല.

ആയ സ്നേഹത്തോടെ ദേവികയെ തഴുകിയാശ്വസിപ്പിച്ചു. "ഗുണശേഖരപ്രഭുവിനെ വെറുതെ പറഞ്ഞയയ്ക്കരുത്."

"എനിക്കു മടുത്തു.എനിക്കു മടുത്തു." തലയിണയിൽ തലതല്ലി ദേവിക കരഞ്ഞു.

ഇതിനിടെ ദേവികയുടെ കിടക്കമുറിയിലേക്ക് ഗുണശേഖരൻ അധികാരത്തോടെ കടന്നു വന്നു.

തല താഴ്ത്തി ആയ പുറത്തേക്ക് പോയി.

"എനിക്ക് നല്ല സുഖമില്ല" ദേവിക പറഞ്ഞു.

"നിനക്കെന്തസുഖം?" അധികാര ധാർഷ്ട്യത്തോടെ ഗുണശേഖരൻ ദേവികയിലേക്ക് യാത്രയാരംഭിച്ചു.

"എന്തോ എനിക്ക് നല്ല സുഖം തോന്നുന്നില്ല."

"നിങ്ങൾ ആർട്ടിസ്റ്റുകൾ ഇങ്ങനെയാണ്. വളരെ വളരെ സെൻസിറ്റീവ്, ഞാനും ഒരാർട്ടിസ്റ്റായതുകൊണ്ട് എനിക്ക് നിന്നെ മനസ്സിലാകും. സ്വീറ്റ്! യുവാർ സ്വീറ്റ്! ഈ കാലം ഇങ്ങനെ കരഞ്ഞും ചിരിച്ചും പാഴാക്കാനുള്ളതല്ല."

പ്രതിബിംബങ്ങളുടെ ഞെട്ടിപ്പിക്കുന്നതും തിരക്കു നിറഞ്ഞതുമായ ലോകത്തിലേക്ക് അയാൾ അവളെ വലിച്ചിഴച്ചുകൊണ്ട് പോയി.

"പ്ലീസ് ഇന്നത്തേക്ക് എന്നെ ഒഴിവാക്കു. "അവൾ പ്രതിബിംബങ്ങൾക്കു നേരെ നിസ്സഹായയായി മൊഴിഞ്ഞു.

"എനിക്ക് നിന്നെ ഒഴിവാക്കുവാൻ വയ്യ." അയാൾ കാമത്തിന്റെ ഇമകളിലൂറിയ കണ്ണീരോടെ അവളുടെ കാൽച്ചുവട്ടിൽ ഇഴഞ്ഞു.

പുരുഷൻ അവൾ ഒരു വിചിത്ര ജീവിയാണെന്ന് ദേവികയ്ക്ക് തോന്നി. ഒരേ നിമിഷം തന്നെ പുരുഷൻ കീഴടക്കാൻ ശ്രമിക്കുകയും സ്വയം കീഴടങ്ങുകയും ചെയ്യുന്നു.

ദേവികയുടെ മടിയിൽ കിടന്ന് കാമത്തിന്റെ യാതനയോടെ അയാൾ പുളഞ്ഞു. അവൾ അവഗണന നടിച്ചപ്പോൾ അവളുടെ കൺകോണുകളിൽ കണ്ണീരിന്റെ നനവ്.

ദേവികയ്ക്ക് ചിരി വന്നു.

പ്രതിബിംബങ്ങളുടെ പൊട്ടിച്ചിരിയിൽ സന്ധ്യ ഉന്മത്തയായി.

ചില കണ്ണാടികൾ ഉടഞ്ഞു. പുതിയ കണ്ണാടികൾ പഴയ കണ്ണാടികളെ മറികടന്നു. പ്രതിബിംബങ്ങൾക്ക് ഭാവമാറ്റമുണ്ടായി. കാലം എല്ലാത്തിനെയും സ്പർശിച്ചുകൊണ്ടിരുന്നു.ദേവിക വിജയനോട് പറഞ്ഞു "പുതിയ കണ്ണാടികൾ പഴയവയെപ്പോലെയല്ല.എല്ലാത്തിനേയും ഏതോ മൂടൽ ആക്രമിക്കുന്നു."

കവിയും ചെറുപ്പക്കാരനുമാണ് വിജയൻ. ദേവികയുടെ ഏറ്റവും പുതിയ ആരാധകനാണ്. അയാൾ.

"ഇപ്പോഴുള്ള കണ്ണാടികൾ പഴയവയെക്കാൾ മികച്ചതാണ്." പ്രതിബിംബം കൂടുതൽ വ്യക്തതയുള്ളതുമാണ്. വിജയൻ പറഞ്ഞു.

"എന്ത് വ്യക്തത? എല്ലാത്തിലും അവ്യക്തത മാത്രം." കണ്ണാടിയിലെ നഗ്നശരീരത്തിലേക്ക് നോക്കി ദേവിക ഖിന്നയായി.

വിജയൻ സ്കൂളിൽ പഠിച്ച ഒരു കവിത ഓർമ്മിച്ചു.

ചെറിയൊരു പരിഹാസത്തോടെ അയാൾ അത് ഉരുവിടുകയും ചെയ്തു.

"കണ്ണാടിയിൽ കരിതളിക്കരുതെന്റെ കുഞ്ഞേ
മണ്ണാലെറിഞ്ഞതു മലീമസയാക്കൂടല്ലാ.
കണ്ണാണു മോശമായതു നിൻ ജനനത്തിലേ കോ-
ങ്കണ്ണായിരുന്നതിനു ദർപ്പണമെന്തു ചെയ്തു."

ദേവികയുടെ നഗ്നതയിലേക്ക് നോക്കി സൂത്രച്ചിരിയോടെ വിജയൻ പറഞ്ഞു. "ചേച്ചിയെ പ്രതിബിംബിക്കാൻ ഏതു കണ്ണാടിക്ക് കഴിയും! എന്റെ മനസ്സിലുള്ളതാണ് ചേച്ചിയുടെ ഏറ്റവും തെളിമയുമുള്ള ചിത്രം. ഒരു കണ്ണാടിക്കും പ്രതിബിംബിപ്പിക്കാനാവാത്തത്."

എത്രയോ കാമുകന്മാർ പറഞ്ഞതാണെങ്കിലും എത്രയോ തവണ കേട്ടതാണെങ്കിലും ആ വാക്കുകൾ ദേവികയെ സന്തോഷിപ്പിച്ചു. അവളുടെ ശരീരം എത്രയോ പുരുഷന്മാരിൽ പ്രതിഫലിപ്പിച്ചിരിക്കുന്നു. അയാഥാർത്ഥ്യമായ വെറും പ്രതിബിംബങ്ങൾ.

പ്രതിബിംബങ്ങളുടെ ആദിയന്തമില്ലാത്ത പെരുമഴയിലൂടെ അനാഥയായി ദേവിക അലഞ്ഞു. വിജയനും അവളോടൊപ്പം അലഞ്ഞു.

കണ്ണാടിയിൽ പൂപ്പൽ പടർന്നു. ഇരുട്ട് തളം കെട്ടി. അനിവാര്യമായ കാര്യങ്ങൾ സംഭവിക്കുന്നുവെന്ന് ദേവിക അറിഞ്ഞു. പ്രതിബിംബങ്ങളുടെ തെളിയുന്ന ചുളിവുകളിലൂടെ അവളുടെ തിളക്കം മങ്ങിയ മിഴികൾ സഞ്ചരിച്ചു.

സുഗന്ധ ലേപനങ്ങൾക്കും സൗന്ദര്യവർദ്ധക സാമഗ്രികൾക്കും ഇനിയും സഹായിക്കാനാവില്ല. ഇരുട്ടിന്റെ ഒരു തിര എപ്പോഴും ദേവികയോടൊപ്പമുണ്ട്. അവളോടൊട്ടിച്ചേർന്ന്...

പ്രതിബിംബങ്ങൾ ഓരോ നിമിഷവും അവളോട് ജീവിതമരണങ്ങളുടെ നിരർത്ഥകതയെക്കുറിച്ച് വരണ്ട സ്വരത്തിൽ സംസാരിക്കുവാൻ തുടങ്ങി. ചിലപ്പോൾ കണ്ണാടികളിൽ ശൂന്യത പ്രതിബിംബിച്ചു. കള്ളിമുള്ളുകൾ പ്രതിബിംബിച്ചു. അവസാനിക്കാത്ത മരുഭൂമികൾ പ്രതിബിംബിച്ചു.

ഒരു മദ്ധ്യാഹ്നത്തിൽ ദേവിക അവളുടെ സ്വീകരണ മുറിയിലെ കൂറ്റൻ കണ്ണാടിയെ ഉടച്ചു. ആ കണ്ണാടി അവളുടെ നിറം മങ്ങിയതും ചുളുങ്ങിയതുമായ ഒരു ഭാവം പ്രതിഫലിപ്പിക്കുകയായിരുന്നു.

കണ്ണാടി ഉടഞ്ഞു.

പ്രതിബിംബം ചിതറി.

പിന്നെ ഏതോ അനുഷ്ഠാനത്തിന്റെ താളത്തോടെ ദേവിക കണ്ണാടികൾ ഓരോന്നായി ഉടച്ചു. ചിതറിയ പ്രതിബിംബങ്ങളായി അവ അവൾക്കു ചുറ്റും തകർന്നു കിടന്നു.

ഉടഞ്ഞ കണ്ണാടികളെ അകലങ്ങളിൽ മറവു ചെയ്യാൻ ദേവിക പരിചാരകരോടാജ്ഞാപിച്ചു. വീട്ടിൽ നിന്നും അവസാനത്തെ കണ്ണാടിയും എടുത്തുമാറ്റപ്പെട്ടു. പ്രതിഫലിപ്പിക്കുന്ന പാത്രങ്ങൾ, മിനുസമുള്ള പ്രതലങ്ങൾ ഒക്കെയൊക്കെ ദേവികയുടെ ലോകത്തു നിന്നും കുടിയിറക്കപ്പെട്ടു.

ഇനി പ്രതിബിംബങ്ങളില്ല. ഒഴിഞ്ഞ ചുമരുകളിലേക്ക് നോക്കി അവൾ ചിരിച്ചു. ചുമരുകൾ ശൂന്യതയുടെ ആഴമുള്ളതും പ്രതിദ്ധ്വനിക്കുന്നതുമായ ചിരികൾ കൊണ്ട് അവളെ ചെറുത്തു.

മട്ടുപ്പാവിൽ നിന്ന്, നിരത്തിലൊഴുകുന്ന മനുഷ്യരെ ദേവിക കണ്ടു. അപ്പോൾ ദേവികയ്ക്ക് ഒരു വെളിപാടുണ്ടായി.

ചുമരുകളൊക്കെ അവളുടെ ഭൂതകാലം കൊണ്ട് ദേവിക നിറച്ചത് അങ്ങനെയാണ്.

പഴയ ചിത്രങ്ങൾ. ചുളിവുകളില്ലാത്തവ! വ്യക്തതയാർന്നവ! നഗ്നമായവ! കാമുകരുടെ തുളുമ്പുന്ന മധുപാത്രങ്ങളിൽ ആർദ്രമായവ..... ചിത്രങ്ങൾ നിറഞ്ഞ ചുമരുകൾ.....

മുറികളിലൂടെ ഉറപ്പില്ലാത്ത കാൽവയ്പുമായി ദേവിക നടന്നു. നിർമ്മമയായി വെറും ചെറുതെന്നൽ പോലെ അവൾ.....

ആരും വന്നില്ല. ഒരു പ്രതിഫലനവും ഒരിടത്തുനിന്നും വന്നില്ല. കാലത്തിന്റെ മുരൾച്ച മാത്രം. പഴയ ചിത്രങ്ങൾ മാത്രം. ചിത്രങ്ങളിലെ കാമുകർ മാത്രം! ചിത്രങ്ങളിലെ ചിരി, ചിത്രങ്ങളിലെ കരച്ചിൽ. ചിത്രങ്ങൾ മാത്രം....ചിത്രങ്ങൾ...

ദേവികയുടെ പിന്നെയുള്ള ജീവിതത്തിൽ പ്രതിബിംബങ്ങളുണ്ടായിരുന്നില്ല.

ഇടയ്ക്ക് എപ്പോഴോ ഒരിക്കൽ ഏതോ ചിത്രത്തിൽ ദേവിക അന്തർധാനം ചെയ്തു. ഇല്ലെങ്കിൽ ഒരു ചിത്രത്തിൽ സ്വയം നിശ്ചലമായി.

ദേവിക വല്ലപ്പോഴും ചെന്നു നില്ക്കാറുള്ള മട്ടുപ്പാവിൽ തിരക്കൊഴിഞ്ഞ ചില സന്ധ്യകളിൽ ഒരു ഏകാകിയായ നിഴൽ ഇപ്പോഴും ചെന്നു നില്ക്കാറുണ്ടത്രേ.

മഴ

തലേനാളിലെ ഏതോ ഓർമ്മയെ മായ്ച്ചുകളയുവാനെത്തിയ ചെറിയ കാറ്റിനൊപ്പം മഴയും വന്നു. ഉറക്കമെണീറ്റ് ആലസ്യത്തോടെ വരാന്തയിൽ നിന്ന് മുറ്റത്തേക്ക് നോക്കി നില്ക്കുന്ന ശ്രീമോളെ മഴയുടെ വിരലുകൾ മൃദുവായി ഒന്നു തൊട്ടു. ചെറിയ കാറ്റിലൂടെ മഴയിലൂടെ തണുപ്പ് അവളിൽ പ്രവേശിച്ചു. മറ്റൊരു ഉറക്കത്തിലെന്നപോലെ മഴയുടെ കാഴ്ചകളിലൂടെ അവൾ സഞ്ചരിച്ചു.

മഞ്ഞുതുള്ളികൾ ചെറുതും സൗമ്യവുമായിരുന്നു. മുറ്റത്തെ മഴച്ചാലുകളിലൂടെ ചെറിയ ഒഴുക്കു മാത്രം. ഇടയ്ക്കിടെ പൊന്തുന്ന വെള്ളക്കുമിളകൾ.

ചെറിയ പളുങ്കു കൊട്ടാരങ്ങൾക്കുള്ളിൽ ചെറിയ സിംഹാസനവും ചെറിയ രാജാവും ഉണ്ടായിരിക്കും. കസവു വസ്ത്രങ്ങളും പളുങ്കു മാലകളുമുള്ള രാജകുമാരി സുന്ദരിയായിരിക്കും.

പളുങ്കു കൊട്ടാരം എത്ര പെട്ടെന്നാണ് ചിതറിപ്പോകുന്നത്!

ചിരിക്കുകയും കരയുകയും ചെയ്യുന്ന, മഴയുടെ അവസാനിക്കാത്ത കാഴ്ചകളിൽ ശ്രീമോൾ മുഴുകി. മഴയിലൂടെ ഇത്തിരിദൂരം പറന്നശേഷം, കാക്ക ഇലയുടെ തണലിലിരുന്ന് എന്തോ ചിന്തിക്കുകയാണ്. മഴയിൽ അതിന്റെ തൂവലുകൾ ആകെ കുതിർന്നിരിക്കുന്നു. ഇടയ്ക്കിടെ ചിറകടിച്ച് മരച്ചില്ലയിൽ അത് കാത്തിരിക്കുകയാണ്.

ചേച്ചിമാരുടെ പല നിറമുള്ള ചുരിദാറുകളും സാരികളും മഴയിൽ കുതിർന്നപ്പോൾ കൗതുകക്കാഴ്ചകളായി മാറി.

മഴയിലൂടെയുള്ള നടത്ത ചിലപ്പോൾ ചടുലമാണ്. പാദസരക്കിലുക്കത്തിൽപ്പോലും മഴയുടെ നനവ് പടർന്നിരിക്കുന്നു. ചിരിയിലും വർത്തമാനങ്ങളിലും എന്തിന് കൺമഷിയിൽപോലും മഴയുടെ നനവുണ്ട്.

കാറ്റു വീശുമ്പോൾ മരങ്ങളിൽ നിന്ന് ഓർമ്മകളും ഇലകളും മഴ

ത്തുള്ളികളും അടർന്നു വീഴുന്നു. സ്കൂളിലെ ബസ്സിനെയും മിസ്സിനെയും ക്ലാസ്സ് ചുമരിലെ ഗാന്ധിജിയുടെ ചിത്രത്തേയും ബ്ലാക്ക് ബോർഡിലെ നനവു പടർന്ന അക്ഷരങ്ങളെയും ശ്രീമോൾ ഓർമ്മിക്കുന്നു. മഴയുടെ നനവു പടർന്ന കണ്ണുകളോടെ ക്ലാസിലെ കൂട്ടുകാരികളെ അവൾ കാണുന്നു.

അപ്പോൾ തണുത്ത കാറ്റുമൊത്ത് ഒരു മസ്ലിൻ തുണിയെന്ന പോലെ മഴയുടെ സ്പർശം വരാന്തയിലെത്തുകയായി. ചെറുതായി തണുത്തും ചിരിച്ചും മഴസ്പർശത്തിൽ അവൾ രസിക്കുന്നു.

ഇതിനിടെ ശ്രീമോളുടെ കൈയ്യിൽ ഒരു കടലാസ് തോണി എത്തിക്കഴിഞ്ഞു. ഏട്ടൻ അവൾക്കു കൊടുത്തതാണോ, അവൾ തന്നെ മെടഞ്ഞെടുത്തതാണോ ആ തോണി?

വരാന്തയിൽ നിന്ന് മഴ നനഞ്ഞും നനയാതെയും കടലാസു തോണിയെ മുറ്റത്തെ ചെറിയ ഒഴുക്കിലേക്ക് അവൾ സ്വതന്ത്രയാക്കുന്നു.

തോണി യാത്രകൾ!

തോണികളോരോന്നും ഓരോരോ തടസ്സങ്ങളിൽ യാത്ര മതിയാക്കുന്നു. ചിലപ്പോൾ വളരെയടുത്ത്. ചിലപ്പോൾ കുറെയകലെ.. ചിലപ്പോൾ വീട്ടുമുറ്റം കടന്ന് തോണി ഇടവഴിയിലേക്ക് സ്വതന്ത്രമാകുന്നു.

ജയിച്ചവയും തോറ്റവയുമായ തോണികൾ മറ്റു പലതും പോലെ മറവിയിൽ പ്രവേശിക്കുന്നു. ശ്രീമോൾ മഴയുടെ പുഴയിൽ ഒഴുകിനടക്കുന്ന ഒരു പരൽമീനാണ്.

* * * * *

പാതി ചെയ്ത പ്രോജക്ടിന്റെ തളർച്ചയുമായി ജാലകത്തിലൂടെ നോക്കി നില്ക്കുമ്പോൾ അഴികൾക്കപ്പുറം ശ്രീക്കുട്ടിക്കു മുന്നിൽ മഴ അഴിഞ്ഞാടുന്നു.

പല നിറമുള്ള പീലികൾ ചൂടിയ ഒരു നാടോടി നർത്തകിയെപ്പോലെ, ചുകന്നു തുടുത്തും ഹരിതഗരിമയിൽ മുഴുകിയും അഗാധനീലിമയിൽ തുഴയൂന്നിയും മഞ്ഞപ്പൂക്കൾക്കൊപ്പം ഊഞ്ഞാലാടിയും മഴ തിമിർക്കുകയാണ്.

ജാലകയഴിയിലെ തണുത്ത നിശബ്ദതയിലേക്ക് മഴത്തുള്ളികൾ പടരുമ്പോൾ, തുരുമ്പു പിടിച്ച ലോഹയഴികളുടെ നിർമ്മമതയിൽ മൃദുവായി ചുംബിച്ച് തുരുമ്പിന്റേയും ലോഹത്തിന്റേയും രുചിക്കൊപ്പം മഴയുടെ രുചിയും ശ്രീക്കുട്ടി നുണയുന്നു.

ആൾജിബ്രായിലെ മറന്നുപോയ ഒരു സമവാക്യത്തിനായി മഴയുടെ പളുങ്കുപാളികൾക്കിടയിലൂടെ അവൾ പാളിനോക്കുന്നു. "....എ പ്ലസ് ബി ദി ഹോൾ സ്ക്വയേർഡ്....." നുണക്കുഴിക്കവിളിൽ...എന്ന

പാട്ടിന്റെ താളത്തിൽ അവളത് പറയുമ്പോൾ മഴയും അവൾക്കൊപ്പം അതുതന്നെ പറയുന്നു.

ജാലകയഴിയിൽ മുഖം പൂഴ്ത്തി, കണ്ണുകളടച്ച് നില്ക്കുന്ന ശ്രീക്കുട്ടിക്കുള്ളിൽ മഴ തിമിർക്കുകയാണ്.

കാറ്റിലൂടെ, നനവിലൂടെ, ശബ്ദങ്ങളിലൂടെ, പുറത്തുനിന്നും മഴ അവൾക്കുള്ളിൽ കടക്കുന്നു. അവൾക്കുള്ളിൽ അതിദ്രുതം പൊട്ടിയൊലിക്കുന്നു.

അവളുടെ വളവുകളിലൂടെ മഴവെള്ളം കലങ്ങിപ്പായുന്നു. ചിലപ്പോൾ മഴയുടെ ഒഴുക്കിൽ പൂവുകൾ മാത്രം. അവൾ പൂവുകളുടെ മഴയെന്ന് അതിനെ വിളിക്കുമ്പോൾ വളവിനപ്പുറം കിനാവുകളുടെ മഴയായി അതിനു ഭാവം മാറുന്നു. മഴച്ചാലുകൾക്ക് മുകളിലൂടെ ചിത്രശലഭങ്ങളുടെ ഒരു കൂട്ടം പറന്നുപോകുമ്പോൾ അത് ശലഭങ്ങളുടെ മഴയായി മാറുന്നു.

മരങ്ങൾക്കപ്പുറത്തു നിന്ന്, നഗ്നയും നിരാലംബയുമായ ഒരു കൂട്ടുകാരിയെപ്പോലെ മഴ ചിണുങ്ങുകയാണ്. ശ്രീക്കുട്ടി അത് കണ്ട്, കണ്ണാടി ജാലകപ്പാളിയിൽ മുഖം ചേർത്ത് തേങ്ങിക്കരയുന്നു. സ്നേഹത്തിന്റെ അനാദിയും തീവ്രവുമായ ഗന്ധം അവളുടെ താഴ്വാരകളിൽ നിന്ന് മലമുകളിലേക്ക് പ്രവഹിക്കുന്നു.

ഓർമ്മകളാൽ നനഞ്ഞ സന്ധ്യകളിലൂടെ, പാദസരമണിഞ്ഞ ബാല്യകാലം ഓടിമറഞ്ഞ വഴികളിലേക്ക് നോക്കിനോക്കി അവൾ മഴയുടെ വിദൂരതകളിൽ ചുറ്റിത്തിരിയുന്നു.

അവൾക്കായി മാത്രം പെയ്യുന്ന മഴയിലൂടെ കുടചൂടി ശ്രീക്കുട്ടി നടന്നുപോകുന്നു. അവളുടെ നഗ്നമായ കാലടികളെ തഴുകി മഴവെള്ളം അകലേക്ക് ഒഴുകി മാറുന്നു. അപ്പോൾ വിരഹത്തിന്റേയോ വേദനയുടെയോ സ്പർശം അവൾ അറിയുന്നു.

മഴച്ചാറ്റലിൽ നനയുവാൻ കുടയൊന്ന് ചരിച്ചുപിടിച്ച് അവൾ ആകാശത്തേക്ക് നോക്കുന്നു. മഴ അവളുടെ മുഖത്തെയും വസ്ത്രങ്ങളേയും നനയ്ക്കുമ്പോൾ മഴയ്ക്കൊപ്പം അവളും കുണുങ്ങിച്ചിരിക്കുന്നു.

ശ്രീക്കുട്ടി ക്രമേണ മഴയായി മാറുന്നു. ആകാശത്തിൽ നിന്ന് ഭൂമിയിലേക്ക് തുള്ളികളായി അവൾ എല്ലായിടത്തും പതിക്കുന്നു. മരച്ചില്ലകളിൽ, മേൽക്കൂരകളിൽ, മണ്ണിൽ, പക്ഷികളിൽ, മനുഷ്യരിൽ, പുഴകളിൽ, സമുദ്രത്തിൽ എല്ലായിടത്തും അവൾ പെയ്തിറങ്ങുന്നു.

പ്രജ്ഞയുടെ നീർപ്പോളകൾ ഉണരുകയും ചിതറുകയും ചെയ്യുന്നുണ്ട്. അവൾ ഗ്രാമത്തിലെ ഓരോ തൊടിയിലൂടെയും ഓരോ പുൽക്കൊടിയിലൂടെയും സഞ്ചരിക്കുന്നു. മഴയുടെ അവസാനിക്കാത്ത ജിജ്ഞാസകളിലും സാന്ത്വനങ്ങളിലും അവൾ ഉറങ്ങുന്നു. ഉറക്കത്തിൽ സ്വപ്നം കാണുന്നു.

സ്വപ്നത്തിലും മഴകൾ!

ഉണർവ്വിലും ഉറക്കത്തിലും മഴയുടെ പളുങ്കുപരവതാനിയിലൂടെ ഓടി നടക്കുന്ന ഒരു മുയൽക്കുട്ടിയാണ് അവൾ.

* * * * *

പ്രണയത്തിന്റെ മദ്ധ്യാഹ്നത്തിൽ ശ്രീലതയുടെ കണ്ണുകളിൽ സൂര്യൻ ജ്വലിച്ചു. വെയിൽ നിറഞ്ഞ ആകാശത്തെയും ഭൂമിയെയും പിളർന്ന് മഴ പൊട്ടിച്ചിതറി.

കണ്ണാടിച്ചുമരുകളുള്ള റസ്റ്റോറന്റിൽ കാമുകന്റെ കൈകളിലിരുന്ന് ശ്രീലത മഴ കണ്ടു. മഴ അവളിലേക്ക് ഒഴുകി അടുക്കുകയായിരുന്നു. കണ്ണാടിച്ചുമരുകൾക്കിടയിലൂടെ മഴച്ചീളുകൾ അവളിലേക്ക് പ്രവേശിച്ചു.

എന്തു ചെയ്യാൻ?

അവൾ കാമുകന്റെ മടിയിലേക്ക് ചുരുണ്ടുകിടന്ന്, വെളിയിലെ മദ്ധ്യാഹ്നത്തെയും വെയിലിൽ നൃത്തം ചെയ്യുന്ന മഴയെയും നുകർന്നു.

കാമുകൻ തീമഴയായി അവളിൽ പെയ്തിറങ്ങി. ചൂടിന്റെയും തണുപ്പിന്റെയും പ്രവാഹമായ ആ മഴയിൽ നനഞ്ഞും തളർന്നും അവൾ തെരുവുകളിലൂടെ അലഞ്ഞു. കാലങ്ങളിലൂടെ, ദേശങ്ങളിലൂടെ, പേർത്തും പേർത്തും ശ്രീലത അലഞ്ഞു.

അവളെത്തേടി മിന്നൽപ്പിണരുകൾ വന്നു. മിന്നൽപ്പിണരുകൾക്കൊപ്പം അവൾ ആകാശഭൂമികളിലെ പ്രകാശസാന്നിദ്ധ്യമായി.

വെയിൽപ്പാളികൾക്കിടയിൽ തിളങ്ങിനിന്ന അവളിലൂടെ കാമുകൻ സഞ്ചരിച്ചു. അവളുടെ കണ്ണുകളിലും ചുണ്ടുകളിലും ആലിലവയറിലും മുന്തിരിമുലകളിലും മഴയുടെ ചുണ്ടുകൾ അഗ്നിനാളമായി.

സ്നേഹിക്കുന്നതെങ്ങനെയെന്നും മനുഷ്യർ മരിക്കുന്നതെന്തുകൊണ്ടെന്നും ദൈവം ആരാണെന്നും, മഴയിൽ കുതിർന്ന അവൾ കാമുകനോട് ചോദിച്ചു. മഴയായി അവളിൽ പെയ്തു കൊണ്ടേയിരുന്ന കാമുകൻ അയാളുടെ ശരീരം അവൾക്ക് ഉത്തരമായി നല്കി.

ശ്രീലതയ്ക്ക് കരയണമെന്ന് തോന്നി. അവളുടെ കണ്ണീർ, മഴയിൽ കുതിർന്ന് അദൃശ്യമായി.

സന്ധ്യയുടെ കടൽക്കരയിലൂടെ, മഴയിലൂടെ, അവളും കാമുകനും നടന്നു. തീരത്തിലെ മണലിൽ പകൽ അവസാനിക്കുമ്പോൾ മഴയുടെയും കടലിന്റെയും ഭാവമാറ്റങ്ങളിൽ അവൾ വിസ്മയിച്ചു.

ഇതാണ് സ്നേഹത്തിന്റെ മഴയെന്ന് കാമുകൻ പറഞ്ഞു. അയാളുടെ കൈകളിൽ അലിയുവോളം ശ്രീലത അവളുടെ ഏതോ ലോകത്തിൽ വിതുമ്പുകയായിരുന്നു. സന്ധ്യയുടെ ചക്രവാളത്തിൽ മരണത്തിന്റെ നിഗൂഢമായ ചുകപ്പ് അവൾ കണ്ടു. ഇത് മരണത്തിന്റെ മഴയെന്ന്, മനസ്സിലെ തംബുരു മീട്ടി അവൾ മൊഴിഞ്ഞു.

പുഴയിലെ മഴയിലൂടെ ശ്രീലത കാമുകനുമൊത്ത് ഓടം തുഴയുമ്പോൾ, രാത്രി വളർന്നു കഴിഞ്ഞിരുന്നു. നിലാവിൽ ചെറുമഴയുടെ പരവതാനി പരന്നുകിടന്നു, കാറ്റ് വീശി. ആകാശത്തിൽ സുതാര്യമേഘങ്ങൾ തിളങ്ങി. മഴയിലൂടെ പുഴയിലൂടെ അവ ഒഴുകി. ഇത് സ്നേഹത്തിന്റെ മഴയാണെന്നും പുഴയാണെന്നും, അവൾ പറഞ്ഞു.

ഓർമ്മയുടെ വിദൂരതകളിൽപ്പോലും മഴകൾ! പഴയ കുട്ടിക്കാലം, പഴയമഴകൾ, അച്ഛൻ, അമ്മ.....

എല്ലാം കാമുകന്റെയും നിലാവിന്റെയും ശയ്യയിൽ പിന്നെയും ആവർത്തിക്കുന്നു. മഴയിൽ, നിലാവിൽ, പുഴയിൽ, തോണിയിൽ, അവൾ നഗ്നയായി........

ചെറിയ മഴവില്ലുകളിൽ അവൾ അലിഞ്ഞു കൊണ്ടേയിരുന്നു. അവൾപോലും അറിയാതെ ഒരു മഞ്ഞുകട്ടപോലെ അലിഞ്ഞലിഞ്ഞ് ജീവിതത്തിന്റെ ശബ്ദങ്ങളും കാഴ്ചകളുമൊന്നുമില്ലാത്ത ഏതോ വിദൂരതയിൽ!

* * * * *

ശ്രീമതിയുടെ മഴ തിരക്കു പിടിച്ചതാണ്. മക്കളെ സ്കൂളിലേക്ക് പറഞ്ഞയയ്ക്കുന്ന തിരക്കിനിടയിൽ ചിലപ്പോൾ മഴയെ ഒന്നു തൊട്ടുവെന്നു വരാം. ഇല്ലെങ്കിൽ ജാലകത്തിലൂടെ കടന്നു വരുന്ന മഴയുടെ വിരലുകൾ അവളെ ഒന്നു തൊട്ടേക്കാം. ഏതോ നഷ്ടനിമിഷത്തിന്റെ ഓർമ്മയിലെക്കെന്ന മട്ടിൽ ഒരു നിമിഷം അവൾ മഴയിലേക്കൊന്ന് നോക്കി നിന്നേക്കാം.

ഇല്ല. സംശയമില്ല!

ഇതിനിടയിൽ അമ്മേയെന്ന് കുട്ടികൾ, ഇല്ലെങ്കിൽ ശ്രീമതീയെന്ന് ഭർത്താവ്, അവളെ വിളിച്ചുണർത്തും. മറവിയിലോ ഓർമ്മകളിലോ ഒരു വീട്ടമ്മയ്ക്ക് ഒരിക്കലും സ്വയം തളയ്ക്കുവാനാവില്ല.

ജീവിതത്തിന്റെ പിൻവിളികൾ അവളിലേക്ക് ആവർത്തിച്ചു കൊണ്ടിരിക്കും.

മക്കൾ സ്കൂളിലേക്ക് പോകുമ്പോൾ, മഴയുടെ പാളികൾക്കപ്പുറത്ത് അവരുടെ ദൃശ്യം മങ്ങുമ്പോൾ, അപ്പോൾ ശ്രീമതി മഴയെയോർത്ത്, അല്ലെങ്കിൽ ജീവിതത്തെയോർത്ത് ഒരു നിമിഷമൊന്ന് നില്ക്കും . പിന്നെ അടുക്കളയിലേക്ക് ചെറിയൊരു ഞെട്ടലോടെ മടങ്ങിപ്പോകും. എത്ര യാന്ത്രികമാണ് ജീവിതമെന്ന് സ്വയം പരിതപിക്കും. അടുത്ത നിമിഷത്തിൽ പൊടിപിടിച്ച പൂപ്പാത്രത്തെ തുടച്ച് മിനുസപ്പെടുത്തും. വാഷിങ്മെഷീനിലെ നനയ്ക്കാനിട്ട വസ്ത്രങ്ങളെ ഓർമ്മിക്കും.

ഭർത്താവിന് പ്രാതൽ വിളമ്പിക്കൊടുക്കുന്നതിനൊപ്പം ശ്രീമതിയും പ്രാതൽ കഴിക്കും. എങ്ങനെയോ അയാളുടെ ഷർട്ടിൽ വീണ മഴത്തുള്ളികൾ കാൺകെ, അവൾ പിന്നെയും മഴയെ ഓർമ്മിക്കും. ഇസ്തിരിയിട്ട് അലമാരയിൽ വച്ചിരുന്ന ഷർട്ടിൽ മഴത്തുള്ളികൾ വീണതെങ്ങനെയെന്ന് അതിശയിക്കും. നീയെന്ത് ഓർത്തിരിക്കുകയാണ്, ഒന്നും കഴിക്കുന്നില്ലേയെന്ന് ഭർത്താവ് ചോദിക്കുമ്പോൾ സാമ്പാറിൽ മുക്കിയ ദോശ അവൾ തിടുക്കത്തിൽ കഴിക്കുവാൻ തുടങ്ങും.

ദോശ നന്നായില്ലേയെന്ന് അവൾ ചോദിക്കും. കുഴപ്പമില്ലെന്ന് അയാൾ പ്രതിവചിക്കും. അപ്പോഴൊക്കെ ഫ്ളാറ്റിനു വെളിയിൽ മഴ തകർത്തു പെയ്യുകയാവും.

മുകൾനിലയിലെ ഫ്ളാറ്റിലിരുന്നാൽ മഴ പെയ്യുന്നത് അറിയാനാവില്ലെന്ന്, ശ്രീമതി കൂട്ടുകാരിയോട് ഫോണിൽ പറയും. അപ്പോൾ കർട്ടനുകളിലേക്കും അടച്ചിട്ട ജാലകപ്പാളികളിലേക്കും സുരക്ഷിതത്വത്തോടെ, അവൾ നോക്കുന്നുണ്ടായിരിക്കും

കോളിങ് ബെൽ ശബ്ദിക്കുമ്പോൾ ശ്രീമതി വാതിൽ തുറക്കും. മഴയത്ത് നനഞ്ഞ വസ്ത്രങ്ങളോടെ ഒരു വില്പനക്കാരി അവളുടെ മദ്ധ്യാഹ്നത്തിലേക്ക് പ്രത്യക്ഷപ്പെടും

"ചേച്ചീ! മഴയായിരുന്നു. ഇന്ന് ഒരു സാധനവും പോയിട്ടില്ല. ചേച്ചിക്ക് പ്രയോജനപ്പെടുന്ന പല സാധനങ്ങളും വില്പനയ്ക്കുണ്ട്." വില്പനക്കാരി പറയും.

കോളിങ്ബെൽ ശബ്ദിക്കുന്നതിനും വാതിൽ തുറക്കുന്നതിനുമിടയിലെ അല്പമായ ഇടവേളയിൽ, വാതിൽ തുറക്കുമ്പോൾ ആരായിരിക്കാം എന്ന സന്ദേഹത്തിന്റെ ചില നിമിഷങ്ങളുണ്ട്. ആ നിമിഷങ്ങളിൽ അവളിലെ പഴയ കൗമാരക്കാരി ചില പ്രതീക്ഷകളോടെയാവാം വാതില്ക്കലേക്ക് നീങ്ങിയിരിക്കുക.

മഴയിൽ നനഞ്ഞ ശരീരത്തോടെ പ്രത്യക്ഷപ്പെടുന്ന വില്പനക്കാരിയോട് കരുണയില്ലാതെ അവൾ പറയും. "വേണ്ട. എനിക്കാവശ്യമുള്ളതൊക്കെ ഈ വീട്ടിലുണ്ട്."

"ഒന്നു നോക്കൂ ചേച്ചി. പ്ലീസ്.. എനിക്ക് ഒരു സഹായമായി, ഇന്നാകെ ഈ നശിച്ച മഴയായിരുന്നു. ചേച്ചി!" കൺമഷി പടർന്ന കണ്ണുകളും മുഖത്തെ മഴത്തുള്ളികളുമായി പെൺകുട്ടി പ്രതീക്ഷയോടെ ശ്രീമതിയെ നോക്കി നില്ക്കും.

ശ്രീമതിയും ആ പെൺകുട്ടിയെ നോക്കി നില്ക്കും. അപ്പോൾ എതിർഫ്ളാറ്റിലെ തുറന്നിട്ട ജാലകത്തിലൂടെ, അകലെയുള്ള ആകാശ ചതുരത്തെയും മഴയുടെ വിദൂരതയെയും ശ്രീമതി കണ്ടുവെന്നു വരാം.

വൈകുന്നേരം, മഴയിൽ നനഞ്ഞെത്തുന്ന കുട്ടികളെ തല തോർത്തിച്ച്, ഈറൻ വസ്ത്രങ്ങൾ മാറ്റി പുതുവസ്ത്രങ്ങൾ ധരിപ്പിക്കുന്നതിനിടയിൽ മഴയിൽ ഒന്നു മുങ്ങിക്കുളിക്കണമെന്ന് ശ്രീമതി ആഗ്രഹിച്ചേക്കാം.

പക്ഷേ, അതൊന്നും സംഭവിക്കുകയില്ല. കുളിമുറിയിൽ ഷവറിന്റെ കൃത്രിമ മഴയിൽ കുളിക്കാമെന്ന പ്രതീക്ഷപോലും ശ്രീമതിക്കില്ല. എന്നത്തേയുംപോലെ അന്നും അവൾ വെള്ളം കോരിയൊഴിച്ച് കുളിക്കുക മാത്രമേ ചെയ്യാനിടയുള്ളു. ഇനി ഷവറിൽ മഴയെ ഓർമ്മിച്ചെടുക്കുവാൻ അവൾക്ക് സാധിക്കുമോ?

ശ്രീമതിയുടെ ജീവിതം സ്വപ്നലോകത്തിലല്ല!

അത് ഉണർവ്വിന്റെ ലോകത്തിലുമല്ല!

* * * *

മുത്തശ്ശിയുടെ തിമിരക്കണ്ണുകൾപ്പുറം മഴ പെയ്തിറങ്ങുന്നു. ഏകാന്തതയുടെ തെരുവുകളിൽ അത് പെയ്തുകൊണ്ടിരിക്കുന്നു. മക്കളെക്കുറിച്ചുള്ള ഓർമ്മകൾ, കുടപിടിച്ച മനുഷ്യരായി ഇടയ്ക്കിടെ തെരുവിലൂടെ നടന്നു പോകുന്നു. ചിലപ്പോൾ ചില വാഹനങ്ങൾ ചെളിവെള്ളം തെറിപ്പിച്ച്, വേഗതയോടെ അപ്രത്യക്ഷമാകുന്നു.

അമ്മയ്ക്ക് വേണമെങ്കിൽ ബാല്യകാലത്തെ മഴകളെ ഓർമ്മിക്കാവുന്നതാണ്. സ്കൂളിലേക്കുള്ള വഴികൾ! കൂട്ടുകാരികൾ! മഴ നനഞ്ഞ വസ്ത്രങ്ങൾ! മഴ വീശുന്ന സ്കൂൾമുറിയിലെ തണുപ്പ്.....

രാത്രിയിലെ മഴയിലിരുന്ന് അമ്മയ്ക്ക് മരിച്ചുപോയ ഭർത്താവിനെ

ഓർമ്മിക്കാം. അത്തരം ചില രാത്രികളിൽ തണുത്ത ചുമരുകളുള്ള വെള്ള ഭിത്തി പിളർന്ന് അദ്ദേഹം വരികയും ചെയ്യാറുണ്ട്.

കിടക്കയിൽ അമ്മയ്ക്കരികിലിരുന്ന് അദ്ദേഹം ചോദിക്കും "നീ ഉറങ്ങാത്തതെന്ത്?"

അമ്മ മറുപടി പറയില്ല. മുറിക്കുള്ളിൽ അദ്ദേഹത്തിനൊപ്പം കടന്നുവന്ന മഴയിലേക്ക് അവർ നോക്കിയിരിക്കും. മച്ചിൽ പതിക്കുന്ന മഴയുടെ ഒച്ചയെക്കുറിച്ച് ചിന്തിക്കും.

"ഉറങ്ങിക്കൊള്ളു." അദ്ദേഹം പറയും. ആ പറച്ചിൽ കേട്ട് അവർ ഉറക്കത്തിലേക്കോ സ്വപ്നത്തിലേക്കോ വഴുതും. ഉറക്കത്തിലും മഴയുണ്ടായിരിക്കും.

ഉറങ്ങാത്ത രാവുകളിൽ, അല്ലെങ്കിൽ പകലുകളിൽ, മക്കളെ ഓർമ്മ വരുമ്പോൾ അമ്മ ആൽബം തുറക്കും. ഇല്ലെങ്കിൽ അടുത്ത ദിവസങ്ങളിലെപ്പോഴെങ്കിലും മക്കൾ വന്നു പോയപ്പോൾ കൊണ്ടുവന്ന ഓറഞ്ചിന്റെ തോടു പൊട്ടിച്ച് അല്ലികളിലേക്ക് നോക്കിയിരിക്കും. ബേക്കറിയിലെ പലഹാരത്തിന്റെ രുചിയിൽ അതൃപ്തയാവും.

ഏകാകികളായ മഴകൾ ചിലപ്പോൾ അമ്മയ്ക്ക് അഭിമുഖമായി എത്തും. അമ്മ മുഖം കുനിക്കും.

"മഴ എനിക്ക് പറ്റില്ല. പനി പിടിച്ച് കിടപ്പിലായാൽ മറ്റുള്ളവർക്ക് ബുദ്ധിമുട്ടാകും."

അമ്മ മഴയിൽ നിന്ന് ഒഴിഞ്ഞുമാറും. അമ്മയ്ക്ക് ഞാൻ പനിവരുത്തുകയില്ലെന്ന് പറഞ്ഞ് ഒരു മഴയും അവരെ കെട്ടിപ്പിടിക്കില്ല. ഉമ്മ വയ്ക്കില്ല.

മഴ നനഞ്ഞ്, പനി പിടിച്ച് മടിയിൽ കിടന്നിരുന്ന പഴയ മക്കൾ എവിടെയെന്ന് അമ്മ മഴയോട് ചോദിക്കും.

പഴയ ഉച്ചവേളയിൽ ഏത്താറുണ്ടായിരുന്ന വില്പനക്കാരിയെപ്പോലെ, മഴ ഒച്ചയുണ്ടാക്കാത്ത കാൽവയ്പേടെ കോണിയിറങ്ങി, വീട്ടിനു പുറത്തേക്ക് പറമ്പിനുമപ്പുറത്തേക്ക് നടന്നു മറയുമ്പോൾ, അമ്മ പിന്നെയും ഒറ്റയ്ക്കാവും.

ഒരു കർക്കിടകനാളിൽ മറ്റാരും കാണാതെ അമ്മയ്ക്കുവേണ്ടി മാത്രം പെയ്തു നിറയുന്ന മഴയെയോർത്ത് അമ്മ കാത്തിരിക്കുകയാണ്.

തിരക്കില്ല. ബഹളമില്ല. ഭർത്താവില്ല. എല്ലാം അദൃശ്യം. വെള്ള വസ്ത്രം പുതച്ച് അമ്മ കാത്തിരിക്കുന്നു. ഉഷ്ണമില്ല, തണുപ്പില്ല. കർക്കിടകത്തിന്റെ കാലൊച്ചയ്ക്കുള്ള കാതോർക്കൽ മാത്രം.

അനുബന്ധം : രാത്രി മഴ

രാത്രിമഴയുടെ ശബ്ദം മറ്റൊന്നാണ്. വെളിച്ചത്തെ അകലെ നിർത്തി ശ്രീമോളും ശ്രീക്കുട്ടിയും ശ്രീലതയും ശ്രീമതിയും മുത്തശ്ശിയുമൊക്കെ, അടഞ്ഞ വാതിലുകൾക്കുള്ളിലെ മഴയൊച്ചയിൽ പരിഭ്രമിച്ച്, അടയ്ക്കുവാൻ പിന്നെയും വാതിലുകൾ പരതുന്നു.

വീടില്ലാത്തവരും തെരുവുകളിൽ ഉറങ്ങുന്നവരും എല്ലാവരും അടയ്ക്കുവാൻ വാതിലുകൾ തെരയുന്നു. പുതപ്പുകൾ തെരയുന്നു. എല്ലാവരും ഒരേ മാലയിലെ മുത്തുകൾ.

മഴയുടെ ശബ്ദം മുറുകുന്നു. മിന്നൽപ്പിണരിന്റെ ജ്വാലാരേഖകൾ ഭൂമിയെ പലതാക്കി വകയുന്നു. സ്നേഹത്തിന്റെയും പ്രണയത്തിന്റെയും കാമത്തിന്റെയും വിരക്തിയുടേയുമൊക്കെ നിറങ്ങളിൽ മഴയുടെ നൃത്തം. മരണത്തിന്റെ മഴയാണെന്ന പരിഭ്രമത്തിൽ മരച്ചില്ലകൾ തകർന്നു വീഴുന്നതിന്റെ ഒച്ച!

പ്രചണ്ഡമായ മഴ! കൊടുങ്കാറ്റ്! രാത്രിയുടെ ഭയാനകതയിൽ വൈദ്യുതിവിളക്കുകൾ അണയുന്നതോടെ എല്ലാ ശബ്ദങ്ങൾക്കും മുകളിൽ കൊടുങ്കാറ്റിന്റെ ശബ്ദം. കടലിന്റെ തിരയൊച്ചകൾ.

എല്ലായിടത്തും വെള്ളം നിറയുകയാണ്. രാത്രി നിറയുകയാണ്.

മഴ ഏകാകിനിയായ വെറും ഭ്രാന്തി! ചരിത്രപുസ്തകം മഴയിൽ ഒഴുകിപ്പോകുന്നു.